आळसावर मात

आता प्रत्येक काम होणार पूर्ण

बेस्ट सेलर पुस्तक 'विचार नियम'चे रचनाकार सरश्री यांची अन्य श्रेष्ठ पुस्तकं

आध्यात्मिक विकास साधण्यासाठी या पुस्तकांचा लाभ घ्यावा

- जीवनाची दोन टोकं – ध्यान आणि धन
- रामायण वनवास रहस्य
- संत ज्ञानेश्वर – समाधी रहस्य आणि जीवन चरित्र
- ध्यान नियम – ध्यान करण्याचे सुलभ उपाय
- क्षमेची जादू – क्षमेचं सामर्थ्य जाणा, सर्व दुःखांपासून मुक्त व्हा
- गुरू माझा सांगाती – गुरू केले तर का करावे अन्यथा करू नयेत

स्वविकासासाठी या पुस्तकांचा लाभ घ्यावा

- विचार नियम – आपल्या यशाचं रहस्य
- विश्वास नियम – सर्वोच्च शक्तिचे सात नियम
- विकास नियम – आत्मसंतुष्टीचं रहस्य
- प्रभावी संवाद कसा साधाल – कम्युनिकेशनच्या उत्तम पद्धती
- भीतीचा सामना कसा करावा – विकासाचे नवे मार्ग आखा
- जीवनाची 5 महान रहस्यं – प्रेम, आनंद, मौन, समृद्धी आणि परमेश्वर प्राप्तीचा मार्ग
- परिवारासाठी विचार नियम – हॅपी फॅमिलीची सात सूत्रं
- 2 महान अवतार – श्रीराम आणि श्रीकृष्ण
- समग्र लोकव्यवहार – मैत्री आणि नातं निभावण्याची कला
- अपयशावर मात – क्षमताप्राप्तीचं रहस्य
- कसा कराल स्वतःचा विकास आणि प्रशिक्षण – आत्मविकासाची सात पावलं
- सुखी जीवनाचे पासवर्ड – दुःख, अशांती आणि उद्विग्नतेच्या कैदेतून सुखाला करा मुक्त

युवकांनी या पुस्तकांचा लाभ घ्यावा

- आजच्या युवा पिढीसाठी – विचार नियम फॉर युथ
- नींव नाइन्टी फॉर टीन्स् – बेस्ट कसे बनाल
- श्रीरामांकडून काय शिकाल – नवरामायण फॉर टीन्स

या पुस्तकाद्वारे प्रत्येक समस्येचं समाधान प्राप्त करा

- स्वाथ्यप्राप्तीसाठी विचार नियम – मनःशक्तीद्वारे निरामय आरोग्य मिळवा
- स्वीकाराची जादू – त्वरित आनंद कसा प्राप्त करावा

या आध्यात्मिक कादंबऱ्यांद्वारे जीवनाचं गूढ रहस्य जाणा

- योग्य कर्मांद्वारे यशप्राप्ती – सन ऑफ बुद्धा
- शोध स्वतःचा – हरक्युलिसचा आंतरिक प्रवास
- पृथ्वी लक्ष्य – मृत्यूचं महासत्य
- दुःखात खुश राहण्याची कला – संवाद गीता

सरश्री

आळसावर मात

आता प्रत्येक काम होणार पूर्ण

सुस्तीतून मुक्तीचे 14 अचूक उपाय

आळसावर मात : आता प्रत्येक काम होणार पूर्ण

© Tejgyan Global Foundation

All Rights Reserved 2013.
Tejgyan Global Foundation is a charitable organization having its headquarters in Pune, India.

सर्वाधिकार सुरक्षित
'वॉव पब्लिशिंग्ज् प्रा. लि.'द्वारे प्रकाशित हे पुस्तक अशा अटीवर विकण्यात येत आहे, की प्रकाशकाच्या लेखी पूर्वअनुमतीविना ते व्यापाराच्या दृष्टीने अथवा अन्य प्रकारे उसने, भाड्याने अथवा विकत अन्य कोणत्याही प्रकारच्या बांधणीत अथवा अन्य मुखपृष्ठासह देता येणार नाही. तसेच अशाच प्रकारच्या अटी नंतरच्या ग्राहकावर बंधनकारक न करता आणि वर उल्लेखिलेल्या कॉपीराइटपुरत्या मर्यादित न ठेवता या पुस्तकाच्या कोणत्याही स्वरूपाच्या विनिमयास, तसेच कॉपीराइटधारक व वर उल्लेखिलेले प्रकाशक दोघांच्याही लेखी पूर्वअनुमतीविना इलेक्ट्रॉनिक, मेकॅनिकल, फोटोकॉपी, रेकॉर्डिंग इत्यादी प्रकारे या पुस्तकाचा कोणताही अंश पुनःप्रस्तुत करण्यास, जवळ बाळगण्यास अथवा सुधारित स्वरूपात प्रस्तुत करण्यास मनाई आहे.

प्रकाशक : वॉव पब्लिशिंग्ज् प्रा. लि., पुणे

प्रथम आवृत्ती : मे २०१५

पुनर्मुद्रण : डिसेंबर २०१५, मे २०१६, जुलै २०१७, जून २०१८

पुनर्मुद्रण : फेब्रुवारी २०२०

ISBN : 9788184156621

(सदर पुस्तकाच्या तेजज्ञान ग्लोबल फाउंडेशनद्वारे ३ आवृत्त्या प्रकाशित झाल्या आहेत.)

'आलस्य से मुक्ति के नए कदम' या मूळ हिंदी पुस्तकाचा मराठी अनुवाद

Aalasavar Maat - Aata Pratyek Kam Honar Purna
By **Sirshree** Tejparkhi

प्रस्तुत पुस्तक समर्पित आहे,
विद्युत्-आविष्कारांचे जनक एडिसनला,
जे आपलं कार्य अथकपणे करत राहिले.
कधी कामात दिरंगाई, आळस केला नाही.
कार्य संपन्न होत नसलं तरी कुठली सबब
दिली नाही. त्यांच्याच अविरत प्रयत्नाने
संपूर्ण जग अंधारातून प्रकाशाकडे वाटचाल
करतंय, नवनिर्मितीत यश संपदान करतंय.

अनुक्रमणिका

प्रस्तावना	स्वतःच्या पायावर कु-हाड मारून घेऊ नका सर्वांत मोठं विघ्न दूर करा	११
खंड १	आळसाची जाणीव	१५
अध्याय १	आपल्यातील आळसाची जाणीव होऊ द्या आपल्यात कसा आळस आहे?	१७
अध्याय २	त्रिगुणांची ओळख आपल्यावरही यांचा अंमल तर नाही ना!	२१
अध्याय ३	ऑन युवर मार्क... गेट सेट...? आळसाची कारणं आणि त्यांचं निवारण	२५
अध्याय ४	सुस्तीतून मुक्तीचा सिद्धांत आळसाच्या मूळ कारणाची समज	३०
अध्याय ५	कपोलकल्पित गोष्टींतून निर्माण झालेला आळस तणावमुक्त होऊन काम कसं करावं	२४
अध्याय ६	मनाच्या सबबींमध्ये गुंतू नका टाळण्याच्या सवयीला कसं टाळाल	३९
खंड २	आळसातून मुक्त होण्याची १४ पावलं	४५
अध्याय ७	वस्तुस्थितीकडे दुर्लक्ष करु नका आळसातून मुक्तीचं पहिलं पाऊल	४७

अध्याय ८	प्रत्येक काम पूर्ण करण्याची कला आळसातून मुक्तीचं दुसरं पाऊल	५०
अध्याय ९	स्वतःला सुयोग्य प्रश्न विचारा आळसातून मुक्तीचं तिसरं पाऊल	५४
अध्याय १०	सुस्त मनाचं ऐकू नका आळसातून मुक्तीचं चौथं पाऊल	५८
अध्याय ११	कठीण आणि कंटाळवाणी काम का आणि कशी करावीत आळसातून मुक्तीचं पाचवं पाऊल	६३
अध्याय १२	सुस्तीने होणाऱ्या परिणामांचं अवलोकन आळसातून मुक्तीचं सहावं पाऊल	६७
अध्याय १३	आहार-विहारातील सावधानता आळसातून मुक्तीचं सातवं पाऊल	७३
अध्याय १४	आपल्यातील ऊर्जेला ओळखा, विनियोग करा आळसातून मुक्तीचं आठवं पाऊल	७७
अध्याय १५	स्वतःचा विक्रम तोडा आळसातून मुक्तीचं नववं पाऊल	८१
अध्याय १६	सुस्तीला उत्साहात बदलण्याचा मार्ग आळसातून मुक्तीचं दहावं पाऊल	८३
अध्याय १७	कार्य पूर्ण करण्याच्या चार पद्धती आळसातून मुक्तीचं अकरावं पाऊल	८७
अध्याय १८	वेळ न मिळणारी कामं कशी पूर्ण कराल आळसातून मुक्तीचं बारावं पाऊल	९२
अध्याय १९	थकण्याआधी आराम, आळस येण्याआधी काम आळसातून मुक्तीचं तेरावं पाऊल	९४

| अध्याय २० | सुस्ती आणणारे विचार कसे रोखाल | ९६ |
| | आळसातून मुक्तीचं चौदावं पाऊल | |

| खंड ३ | सकाळी लवकर उठण्यासाठीचे तंत्र | ९९ |

| अध्याय २१ | स्वतःला एक ठोस कारण द्या | १०१ |
| | सकाळी लवकर उठण्याची पहिली पद्धत | |

| अध्याय २२ | वेळेवर उठण्याचे लाभ | १०४ |
| | सकाळी लवकर उठण्याची दुसरी पद्धत | |

| अध्याय २३ | बिछाना सोडण्याचे उपाय | १०८ |
| | सकाळी लवकर उठण्याची तिसरी पद्धत | |

| अध्याय २४ | झोपण्यापूर्वी करावयाच्या महत्त्वपूर्ण गोष्टी | ११६ |
| | सकाळी लवकर उठण्याची चौथी पद्धत | |

| अध्याय २५ | अलार्म वाजून उठल्यानंतर काय कराल | १२० |
| | सकाळी लवकर उठण्याची पाचवी पद्धत | |

| अध्याय २६ | उठल्यानंतर बऱ्याच वेळानं, तसेच झोपण्याआधी करावयाच्या सात आवश्यक गोष्टी | १२४ |
| | सकाळी लवकर उठण्याची सहावी पद्धत | |

| खंड ४ | प्रार्थना-शंका-सार | १२७ |

| भाग १ | सुस्ती मुक्ती प्रार्थना | १२९ |
| | इ.एम.एस.वाय. – ध्यानसाधना | |

| भाग २ | आळस | १३३ |
| | शंका समाधान | |

प्रस्तावना

स्वतःच्या पायावर कुऱ्हाड मारून घेऊ नका
सर्वांत मोठं विघ्न दूर करा

'स्वतःला हरवणारी कोणती सवय आहे?' असा प्रश्न जर आपल्याला विचारला गेला, तर त्याचं उत्तर असेल 'आळस'! **मनुष्य स्वतःला हरविण्यासाठीच आळसाची निर्मिती करत असतो.** हे अगदी स्वतःच्या पायावर कुऱ्हाड मारण्यासारखंच नव्हे का? आळसाद्वारे मनुष्य स्वतःच आपल्या अपयशाची पूर्वतयारी करत असतो.

आळशी मनुष्य आपली ही सवय एखाद्या क्रेडिट कार्डप्रमाणेच उपयोगात आणतो. मनुष्य जेव्हा काही गोष्टींच्या खरेदीसाठी क्रेडिट कार्डचा उपयोग करतो, तेव्हा त्याला खूप आनंद होतो; परंतु हा आनंद तोपर्यंतच टिकून राहतो, जोपर्यंत त्याचा परतावा भरण्याची तारीख येत नाही. अगदी अशाच प्रकारे आळसानेदेखील फक्त तोपर्यंतच दिलासा मिळतो, जोपर्यंत त्यामुळे होणाऱ्या हानीची भरपाई करण्याची वेळ समीप येत नाही. म्हणूनच लवकरात लवकर या सवयीला स्वतःपासून दूर करा.

'माझ्यातला आळस हा खरंच सुखदायी आहे का? मला आत्ता जाणवणारं सुख हे खरंच सुख आहे का?' असा प्रश्न एकदा स्वतःलाच विचारून पाहा. आपण जेव्हा या विषयावर प्रामाणिकपणे चिंतन-मनन करून याचा शोध घेण्यास प्रारंभ कराल, तेव्हा आपला हा क्षणभंगुर आनंदाचा गैरसमज आपोआपच दूर होईल.

एक प्रख्यात कथा आहे. एक मनुष्य नेहमी एका झाडाखाली आळसावलेल्या अवस्थेत पहुडलेला दिसत असे. त्या रस्त्याने रोज ये-जा करणारा एक वाटसरू नेहमी त्याला त्याच स्थितीत पाहत असे. त्याला पाहून वाटसरूच्या मनात विचार येई, 'हा मनुष्य नेहमी असाच निवांत पहुडलेला दिसतो, तेव्हा याच्या या जीवनाला काही अर्थ असेल का?' एकेदिवशी न राहवून तो वाटसरू तिथे थांबला आणि त्याने त्याला विचारलं, "तू नेहमीच असा रिकामटेकडेपणाने झोपलेला असतोस. मग तू काही काम-धंदा का करत नाहीस बरं?" यावर त्या आळशी मनुष्याने विचारलं, "काम करून काय होणार आहे?" वाटसरू म्हणाला, "अरे! काम-धंदा केलास, तर तुला काही पैसे तरी मिळतील. त्या पैशांनी किमान तू तुझं घर बांधू शकतोस. सुख-सुविधा देणाऱ्या गोष्टी विकत घेऊ शकतोस. आपल्या जबाबदाऱ्या उत्तम प्रकारे पार पाडू शकतोस." "मग, त्याने काय होईल?" त्या आळशी मनुष्याने विचारलं. यावर तो वाटसरू म्हणाला, "मग तू तुझं आयुष्य अगदी निवांतपणे जगू शकशील." "मग मी आत्ता काय करतो आहे? मी जर आताही आरामच करत असेन, तर मग मला हा इतका सारा उपद्व्याप करण्याची गरजच काय?" त्या आळशी मनुष्याने विचारलं.

आळशी मनुष्याची वैचारिकता ही अशाच प्रकारची असते. 'जर कोणतेही कष्ट न घेता, सर्व काही सुरळीत सुरू असेल, तर मग विनाकारण आपल्या शरीराला त्रास का द्यायचा?' अशा वैचारिकतेमुळे असे लोक कोणतंही काम टाळण्याची कारणं आणि त्यासाठीच्या सबबीच शोधत असतात.

आळस अधिक बळावल्यास अशा मनुष्यात इतर विकारांचाही प्रादुर्भाव होऊ लागतो. उदाहरणार्थ- वेळोवेळी खोटं बोलणं, आपल्या आरामात व्यत्यय आल्यास रागावणं, चिडचिड होणं, शारीरिक निष्क्रियतेमुळे अनेक व्याधी जडणं, कोणतंही काम वेळेवर पूर्ण न झाल्याने अपयश पदरी पडणं, या आणि अशाच काही कारणांमुळे आयुष्यात दुःख आणि दारिद्र्य प्राप्त होणं... इत्यादी.

आपल्या अंतरंगात दडलेला हा अधिकचा तम (आळस) फक्त आपल्या प्रापंचिक जीवनातच बाधक ठरतो असं नव्हे, तर तो आपल्या आध्यात्मिक प्रगतीतही खूप मोठे अडथळे निर्माण करू शकतो. कारण या तमोगुणामुळे आपल्याला ध्यानधारणेवेळी डुलक्या येऊ लागतात. तसंच, आपलं चित्त एकाग्र न होता मनात निरर्थक विचार आणि कुचकामी कल्पनांची एक शृंखलाच सुरू राहते. ही तमोगुणी वृत्ती केवळ आपल्या

पृथ्वीजीवनावरच नकारात्मक परिणाम करते असं नव्हे, तर मृत्युपश्चातच्या जीवनातही ती आपल्या सोबतच राहते.

प्रस्तुत पुस्तकात आपल्याला या सुस्तीतून मुक्ती मिळवण्यासाठी, आपल्यातील आळसावर मात करण्यासाठी टप्प्याटप्प्याने मार्गदर्शन करण्यात आलेलं आहे. यातील प्रत्येक टप्प्यावर उचललेल्या दमदार पावलाने सुस्तीच्या या वृत्तीरूपी भिंतीवर कठीण आघात होत राहतील. त्यामुळे सातत्याने असे आघात होत राहिल्यास एक दिवस नक्कीच ही भिंत ढासळेल. अशा प्रकारे सुस्तीच्या या सवयीतून एकदा का मुक्ती मिळाली, की मग आपल्या अंतरंगात साचलेल्या अतिरिक्त तमोगुणाचा निचरा होईल. त्यानंतर तो फक्त तितकाच शिल्लक राहील, जितका आपल्यासाठी आवश्यक आहे. मग आवश्यक असलेल्या या तमाचा सदुपयोग सत्यसाधना आणि अव्यक्तिगत अभिव्यक्तीकरिता, म्हणजेच 'बहुजन सुखाय, बहुजन हिताय' अशा रीतीने सर्वांच्या कल्याणाकरिता होऊ लागेल.

आपल्या अंतरंगात दडून बसलेला तमोगुण प्रकाशझोतात यावा, आपणास या तमोगुणाविषयी आणि त्याच्या दुष्परिणामांविषयी सखोल ज्ञान प्राप्त व्हावं, हाच या पुस्तकाचा मूळ उद्देश आहे. पुस्तकात सांगितलेल्या १४ दमदार पद्धतींचा अवलंब केला तर स्वतःमध्ये साठलेल्या अतिरिक्त तमोगुणाचा निचरा होईल. आयुष्यात बाधक बनून राहिलेल्या या सुस्तीतून मुक्त होऊन गुणातीत अवस्था प्राप्त करता येईल. जेणेकरून आपलं आयुष्य हे या धरतीवर ओझं ठरणार नाही, तर त्याच्याकडून सत्याची अभिव्यक्ती होऊ लागेल.... तेही त्वरित!

...सरश्री

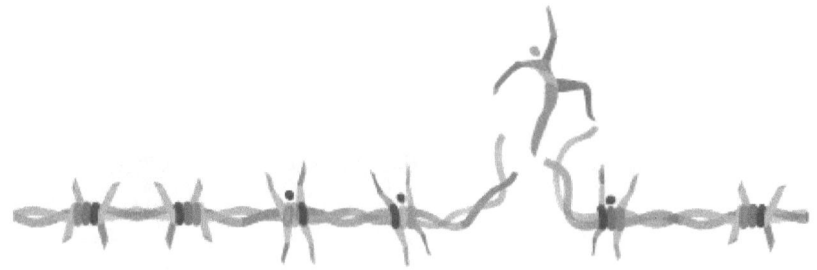

खंड १
आळसाची जाणीव

काल करे सो आज कर, आज करे सो अब,
पल में परलय होएगी, बहुरी करेगा कब।

- कबीर

आळशी माणूस आरामात झोप घेतो आणि उपाशी राहतो.

- एक वाक्प्रचार

आळस कितीही आकर्षक वाटत असला तरी,
समाधान तर काम केल्यानेच मिळतं.

- एन. फ्रैंक

अध्याय १

आपल्यातील आळसाची जाणीव होऊ द्या
आपल्यात कसा आळस आहे?

आपल्याला स्वतःतील आळसाची योग्य प्रकारे जाणीव व्हायला हवी, यासाठी इथे आळसाची प्रामुख्याने दोन विभागांत वर्गवारी करण्यात येत आहे. आळसाचे हे दोन विभाग योग्य रीतीने समजून घेऊन आपल्यातील आळसाबाबत मनन करा आणि त्यापासून मुक्ती मिळवण्याच्या मार्गावर अग्रेसर व्हा.

पहिला विभाग – 'ए' सुस्ती, 'बी' सुस्ती, 'सी' सुस्ती

'ए' सुस्ती म्हणजे अशा प्रकारचा आळस, जो कोणत्याही कामाची सुरुवात करताना जाणवत राहतो. 'ए' सुस्ती – कार्यारंभी जाणवणारा आळस.

काही लोकांना कोणत्याही कामाची सुरुवात करणं खूप अवघड वाटतं पण एकदा कामाला सुरुवात केली, की मग ते पूर्ण करतातच; पण मुळात सुरुवात करणं, हीच गोष्ट त्यांच्यासाठी खूप कठीण ठरते.

'बी' सुस्ती म्हणजे अशा प्रकारचा आळस, जो काम करताना मध्येमध्ये जाणवत राहतो. 'बी' सुस्ती – कामादरम्यान जाणवणारा आळस.

काही लोक आरंभशूर असतात. मोठा गाजावाजा करत ते कोणत्याही कामाची

सुरुवात तर मोठ्या उत्साहाने करतात, पण नंतर मध्येच त्यांच्यातील उत्साह मावळतो. असे लोक बहुधा हाती घेतलेलं कार्य अर्धवटच सोडून देतात.

'सी' सुस्ती म्हणजे आळसाचा तो प्रकार, जो काम पूर्ण केल्यानंतर जाणवत राहतो. 'सी' सुस्ती – पूर्णत्वानंतर जाणवणारा आळस.

जेव्हा एखादं नियोजित (संकल्पित) काम आपण पूर्णत्वास नेतो, तेव्हा आपल्याला खूप दिलासा मिळतो. अशा स्थितीत काम पार पाडल्यानंतर जाणवणारा थकवा अथवा आळस हा तर सामान्यच होय. आपल्या शरीराने जर जीवतोड मेहनत केली असेल, तर त्याला थोडा आरामही मिळायलाच हवा.

आपल्याला पहिल्या प्रकारचा आळस, म्हणजेच 'ए' सुस्तीकडे अधिक लक्ष देऊन त्यावर कार्य करायचं आहे. ही सुस्ती घालवणं हे सर्वाधिक महत्त्वाचं आहे. म्हणूनच या पुस्तकात त्यावर अधिक लक्ष केंद्रित केलं गेलं आहे.

'बी' सुस्ती घालविण्याकरिता आपल्याला काही रचनात्मक पद्धतींचा अवलंब करून, आपलं कार्य कसं पार पाडावं, हे शिकून घ्यावं लागेल. काम करत असताना अशा प्रकारे मधेमधे जाणवणारा आळस दूर करता येणं शक्य होतं, त्याकरिता आपल्याला त्या कामात आवड निर्माण करणाऱ्या काही बाबी त्याच्याशी जोडून, आपला त्या कामातील उत्साह वाढवता येऊ शकेल.

'सी' सुस्ती – जी कार्यं पार पाडल्यानंतर जाणवते, ती स्वाभाविक होय. शरीराला काही वेळ विश्रांती मिळाल्यानंतर आपण पुन्हा ताजेतवाने होऊन उत्साहाने नव्या कामाकडे वळू शकतो. त्यामुळे दोन कामांदरम्यानची ही काही वेळची विश्रांती आपल्याला नवी शक्ती, उत्साह, जोम आणि ऊर्जा प्रदान करते. म्हणूनच थकवा जाणवण्याच्या आधीच शरीराला विश्राम द्यायला हवा आणि आळस निर्माण होण्याआधीच पुन्हा कामाला सुरुवात करायला हवी.

वर सांगितल्या गेलेल्या सुस्तीच्या तीन प्रकारांपैकी कोणत्या प्रकारची सुस्ती आपल्यात सामावली आहे, याची पडताळणी करा आणि या पुस्तकात दिलेल्या मार्गदर्शनाचा अवलंब करा.

दुसरा विभाग – हीन आणि मौल्यवान सुस्ती

सुस्ती हीन आणि मौल्यवानही असू शकते, हे आपणास ठाऊक आहे का? होय, जेव्हा आपल्याला आळस म्हणजेच सुस्ती हीदेखील मौल्यवान असू शकते, हे माहीत

होईल, तेव्हा आपण हीन सुस्ती टाळून मौल्यवान सुस्तीची जोपासना करण्याची इच्छा मनी बाळगू लागाल.

शरीरात सुस्ती जर योग्य प्रमाणात असेल आणि ती आपल्या आयुष्यात योग्य दिशेने कार्यरत असेल, तर ती मौलिक सुस्ती होय आणि जी सुस्ती आपलं नुकसान करतेय, ती हीन सुस्ती होय. या हीन सुस्तीचे संकेत ओळखा आणि वेळीच सावध व्हा. आपल्याला या हीन सुस्तीपासून मुक्ती प्राप्त करायची आहे.

सुस्ती ही मौल्यवानदेखील आहे, म्हणजेच तीही एक प्रकारची शक्तीच आहे. तिचा अल्पप्रमाणातील उपभोग हा औषधाप्रमाणे गुणकारी ठरू शकतो. म्हणून या सुस्तीचा लाभ अवश्य घ्यायला हवा. लहान मुलाला जसं जायफळाचं चाटण योग्य प्रमाणात चाटवलं गेल्यास ते त्याच्यासाठी औषधी ठरतं, अगदी तशाच प्रकारे या मौलिक सुस्तीचादेखील योग्य प्रमाणातच सदुपयोग करायला हवा. मौलिक सुस्तीचा योग्य प्रमाणातील सदुपयोग मनुष्याला महानत्व प्राप्त करून देतं, तर हीन सुस्तीचा उपयोग आपल्या आयुष्याचा दर्जा खालावू शकतो.

आयुष्यात तमोगुणाचीदेखील आवश्यकता आहे, फक्त आपल्यातला तम हा प्रमाणाबाहेर नसावा. जसं - कारला ब्रेक असतात; पण मनुष्य मात्र आपल्या संपूर्ण प्रवासात या ब्रेकचा उपयोग केवळ गरजेच्या वेळीच करतो. आपण जर या उदाहरणावर लक्ष केंद्रित केलं, तर त्याचा वापर होवो अथवा न होवो; पण कारमध्ये तर ब्रेक असायलाच हवेत, असंच म्हणाल. एखाद्या गोष्टीचा सद्यःस्थितीत वापर होत नसेल, तर भविष्यात तिची कधी गरजच पडणार नाही, असा याचा अर्थ होत नाही. म्हणूनच कोणत्याही गोष्टीला तिच्या व्यवस्थेमधून (सिस्टम) हद्दपार करू नये. कारमध्ये ब्रेक असायलाच हवेत आणि गरजेच्या वेळी ते उपयोगातही यायला हवेत, हाच खरा नियम आहे. मनुष्यानेदेखील प्रत्येक गोष्टीचा योग्य वेळी आणि आवश्यकतेनुसार सदुपयोग करायला हवा.

महान संशोधक आर्किमिडीज ज्या प्रयोगावर काम करत होते, त्यात त्यांना यश मिळत नव्हतं. दरम्यान कितीतरी कालावधी वाया चालला होता; पण नेमकं काय करायला हवं, हे काही त्यांना सुचत नव्हतं. त्यांना पडलेलं कोडं काही केल्या सुटत नव्हतं, समस्येचं समाधान होत नव्हतं. एकदा ते बाथ टबमध्ये आरामात पडले होते आणि अचानक वीज चमकून गेली, युरेका... त्यांना त्यांच्या प्रश्नाचं उत्तर मिळालं होतं. म्हणजेच बाथ टबमध्ये ते आरामात पडलेले होते, मात्र ही त्यांची मौल्यवान सुस्ती होती.

महान वैज्ञानिक अल्बर्ट आइनस्टाईन एके दिवशी बाहेर जाण्याकरिता आपल्या कपाटातून कपडे बाहेर काढत होते. त्यांच्या डोक्यात विचार सुरू होता, 'आज कोणते कपडे घालावेत बरं!' मग अचानक त्यांच्या मनात विचार आला, 'आज कोणते कपडे घालायचे, असा विचार आपण रोजच का करायचा?' हा विचार मनात येताच ते बाजारात गेले आणि त्यांनी स्वतःसाठी एकसारखेच दिसणारे सात-आठ सूट खरेदी केले. सगळ्या सूटचा रंग-रूप-आकार अगदी एकसारखाच. जेणेकरून 'आज काय घालायचं,' हा प्रश्नच पडू नये आणि जे हाती लागेल ते वस्त्र परिधान करता येऊ शकेल. तसं पाहायला गेलं तर कपड्यांची निवड करण्याचा कंटाळा, ही एक प्रकारे त्यांची सुस्तीच होय; पण ही मौल्यवान सुस्ती ठरली.

न्यूटन झाडाखाली आरामात बसलेले होते, त्याचवेळी झाडावरून सफरचंद खाली पडलं. या घटनेमुळेच पुढे गुरुत्वाकर्षणाच्या सिद्धांताचा शोध लागला. म्हणूनच न्यूटन यांचा हा आराम म्हणजे त्यांची मौल्यवान सुस्ती ठरली.

सुस्तीमुळे मनुष्य किती गोष्टीपासून वंचित राहतोय, हे जर त्याला समजलं, तर त्याचा हा आळस लगेच दूर होईल. पण जोवर त्याला याची जाणीवच होणार नाही, तोवर तो आपली आळशी वृत्ती सोडणारच नाही आणि सतत काहीतरी सबबी सांगत राहील किंवा आपल्या अपयशाचं खापर इतरांवर फोडत राहील. 'मला योग्य असे लोक मिळालेच नाहीत... मला कोणाचीच मदत मिळाली नाही, त्यामुळे हे काम माझ्याकडून होऊ शकलं नाही... आपल्या देशात पोषक असं वातावरणच मिळत नाही, जर माझा जन्म अमेरिकेसारख्या देशात झाला असता तर... मला मुलीचा जन्म मिळाल्यामुळे मी हे करू शकले नाही... शारीरिकदृष्ट्या कमकुवत असल्यामुळे मी हे करू शकलो नाही...' इत्यादी. कोणतं न् कोणतं तरी कारण पुढे करून असा मनुष्य स्वतःला वाचवू पाहील. म्हणूनच यावर मनन करून प्रत्येकाने आपल्यातील सुस्तीविषयी वेळेवरच जाणून घ्यायला हवं. आपल्यातील सुस्ती जर हानिकारक असेल, तर आपलं कोणकोणतं नुकसान होऊ शकतं, याचा आधी विचार करायला हवा, जेणेकरून लवकरात लवकर त्या सुस्तीपासून मुक्ती मिळवता येईल.

अध्याय २

त्रिगुणांची ओळख
आपल्यावरही यांचा अंमल तर नाही ना!

तीन मित्र होते. ते जवळच्याच एका राज्यातील जत्रेत व्यापार करण्यासाठी गेले. जातानाच त्यांनी हे निश्चित केलं होतं, की दिवसभरात जितका शक्य होईल तितका, अधिकाधिक व्यापार करून संध्याकाळी मात्र आपापल्या घरी परतायचं.

संध्याकाळ होऊ लागताच त्यांच्यापैकी पहिला मित्र म्हणाला, ''आता आपण घरी परतायला हवं. खरंतर मी अर्ध्या दिवसातच व्यापार करून थकलो होतो आणि मला दुपारीच घरी जायची इच्छा होत होती, तरीही कसातरी संध्याकाळपर्यंत दिवस ढकललाय; पण आता मात्र लवकरात लवकर घरी जायची इच्छा होत आहे.''

दुसरा मित्र म्हणाला, ''इथे आपल्या व्यापाराला उत्तम प्रतिसाद मिळतोय. आपला मालही हातोहात खपतो आहे आणि त्यातून उत्तम परतावादेखील मिळतो आहे. आपण जर आणखी काही दिवस थांबलो, तर आपली किती कमाई होईल बरं? हा विचार करूनच आनंद वाटतोय, म्हणून मला तर आज घरी जाण्याचीही इच्छा नाही. मी आणखी काही दिवस इथेच

थांबून, या संधीचा लाभ घेणार आहे आणि मगच घरी जाण्याचा विचार करणार आहे.''

तिसरा मित्र म्हणाला, ''इथल्या मंदिरातील काकड आरती खूप विशेष असते. मला ती ऐकण्याची खूप उत्कट इच्छा आहे, त्यामुळे मी आज रात्री इथल्या धर्मशाळेत थांबणार आहे आणि मग पहाटे आरती संपल्यानंतर घराकडे निघणार आहे.''

पहिल्या मित्राच्या हे लक्षात आलं, की आज काही हे दोघेही घरी येणार नाहीत, त्यामुळे तो एकटाच तिथून निघाला. रस्त्यात एके ठिकाणी थांबून त्याने भरपेट भोजनाचा आस्वाद घेतला आणि मग तो पुढे निघाला. पण भोजन अधिक झाल्याने सुस्तावल्यामुळे त्याला धडपणे चालताही येत नव्हतं. शेवटी थकून तो एका झाडाखाली बसला आणि तिथल्या गार हवेच्या झोतात त्याला कधी झोप लागली, हे त्याचं त्यालाच कळलं नाही.

काही वेळाने तिथे तीन चोर आले आणि त्यांनी त्याची सारी संपत्ती लुटली. मग ते हळू आवाजात कुजबुजत आपापसांत चर्चा करू लागले, 'आता या मनुष्याचं काय करावं?'

एका चोराने म्हटलं, ''याच्याकडील धन-संपत्ती तर आपण लुटून घेतलीय. आता कदाचित याने हे पोलिसांकडे जाऊन त्यांना सांगितलं तर..? त्यापेक्षा आपण याला मारूनच टाकू या.''

हे ऐकून दुसरा चोर लगेच म्हणाला, ''याला मारायची तशी काहीही गरज नाही. आपण फक्त याला मजबूत दोरखंडाने बांधून टाकू आणि मगच इथून जाऊ. म्हणजे कोणीतरी येऊन याला सोडवेपर्यंत हा इथून हलू शकणार नाही. शिवाय हा पोलिसांपर्यंत पोहोचेपर्यंत आपण इथून खूप दूर निघून जाऊ.''

सर्वांना त्या दुसऱ्या चोराची गोष्ट पटली आणि त्यांनी त्या मनुष्याला दोरीने बांधून ते तिथून निघून गेले.

काही अंतर गेल्यानंतर तिसऱ्या चोराच्या मनात त्या मनुष्याबद्दल सहानुभूती निर्माण झाली. तो विचार करू लागला, की 'बिचाऱ्याला बांधून टाकलं

आहे... कदाचित एखाद्या जंगली श्वापदाने त्याला रात्रीतच खाल्लं तर... त्याचे सगळे पैसे तर आपण लुटलेच आहेत... आता लवकरात लवकर जाऊन आपण त्याला सोडवायला हवं, जेणेकरून तो बिचारा सहीसलामत घरी तरी जाऊ शकेल...' या विचारामुळे संधी मिळताच तो चोर तेथून निसटला आणि त्या मनुष्याला बंधमुक्त केलं.

वरील कथेतील तीन मित्र आणि तीन चोर ही पात्रं मनुष्याच्या अंतरंगात स्थित असलेल्या त्रिगुणांचं प्रतीक आहेत. मनुष्याच्या अंतरंगात तीन गुण सामावलेले असतात - तमोगुण, रजोगुण आणि सत्त्वगुण; जो या तिन्ही गुणांतून मुक्त होतो, तो आहे निर्गुण!

आता हे लक्षात घ्या, की या तीन मित्रांपैकी कोणता मित्र कोणतं पात्र आणि कोणता गुण साकारतो आहे.

पहिल्या मित्राने सांगितलं, 'मी लवकरात लवकर घरी जाऊ इच्छितो,' तो आहे 'सुस्त म्हणजेच तमोगुणी'.

ज्या मित्राला तिथेच थांबून आणखी व्यापार करायचा उत्साह होता, तो आहे 'उत्स्फूर्त म्हणजेच रजोगुणी'.

शेवटी ज्या मित्राने सांगितलं, 'काम संपल्यानंतर मला इथल्या मंदिरातील आरतीला उपस्थित राहायचं आहे', तो आहे 'संतुलित म्हणजे सत्त्वगुणी'.

अशाच प्रकारे त्या तीन चोरांपैकी ज्याने हत्या करण्याविषयी सुचवलं, तो तमोगुणी होय. कारण तमोगुणी प्रवृत्तीचा मनुष्य पळून जाण्याच्या भानगडीत पडणार नाही.

ज्याने त्या मनुष्याला बांधून ठेवून तिथून पळून जाण्याविषयी सुचवलं, तो रजोगुणी होय. कारण रजोगुणी व्यक्तीस तर कोणत्याही गोष्टीपासून पळून जाण्याचीच इच्छा असते.

शेवटी ज्याच्यामध्ये सहानुभूती निर्माण झाली आणि ज्याने त्या मनुष्याला बंधमुक्त केलं, तो सत्त्वगुणी होय. मग भले तो चोर असो वा साधू; प्रत्येक शरीरामध्ये हे तीन प्रकारचे गुण असतातच. कोणाच्या शरीरात तमोगुणाचा प्रभाव अधिक असतो, तर कोणाच्या रजोगुणाचा, अथवा कोणाच्या शरीरात सत्त्वगुणाचा.

आपणसुद्धा काही वेळ डोळे मिटून यावर मनन करा, की आपल्यामध्ये कोणता गुण अधिराज्य गाजवतो आहे - तमोगुण, सत्त्वगुण की रजोगुण?

आपण जर तमोगुणी असाल, तर त्याचा प्रभाव कमी करण्यासाठी या पुस्तकात दिलेल्या सर्वच उपायांवर जोरदार काम करा.

आपल्यावर जर रजोगुणाचा प्रभाव असेल, तर आपल्यातील हा गुण आपल्याला स्वस्थ बसू देणार नाही. तरीही प्रयत्नपूर्वक रोज नियमितपणे काही वेळ ध्यानसाधनेस बसा. मात्र आपलं मन ध्यानसाधनेत बसू इच्छिणार नाही. ते वर्तमानापासून दूर पळेल. म्हणून प्रयत्नपूर्वक स्वतःला ध्यानात बसण्याची सवय लावून ध्यानाची वेळ वाढवत राहा.

जे लोक सत्त्वगुणी आहेत, त्यांनी इतरांसाठी याच भावनेने प्रार्थना करावी, की 'कोणीतरी माझ्यासाठीदेखील अशीच प्रार्थना केली असेल, त्यामुळेच तर मी आज हा असा सत्त्वगुणी बनलेलो आहे. मग मीसुद्धा इतरांच्या कल्याणासाठी अशी प्रार्थना का करू नये बरं?'

तमोगुणाहून चांगला रजोगुण; आणि रजोगुणाहून उत्तम आहे सत्त्वगुण. त्यासाठी प्रत्येक मनुष्याने सत्त्वगुणी बनायला हवं. परंतु केवळ सत्त्वगुणी बनणं इतकंच पुरेसं नाही; तर या तीन गुणांच्याही पलीकडे असणाऱ्या निर्गुण अवस्थेपर्यंत आपल्याला पोहोचायचं आहे.

आज आपण ज्या कोणत्या अवस्थेत आहात, त्या अवस्थेतून अग्रेसर व्हा आणि निर्गुण अवस्थेपर्यंत पोहोचण्याचा प्रयत्न करा.

अध्याय ३

ऑन युवर मार्क... गेट सेट...?
आळसाची कारणं आणि त्यांचं निवारण

आपण जर कोणाला म्हटलं, 'ऑन युवर मार्क... गेट सेट' आणि तो म्हणाला 'नो', तर समजून घ्या, की या वेळी तो सुस्तीच्या प्रभावाखाली आहे. 'गो'ऐवजी 'नो' म्हणणाऱ्या मनुष्याने अशा वेळी या प्रभावातून बाहेर पडणं आवश्यक आहे. मात्र काही लोकांवर सुस्तीचा अंमल वेळोवेळी होतच राहतो. असे लोक वेगवेगळ्या परिस्थितीत सुस्तीच्या या व्याधीने जखडलेले आढळतात. चला तर मग, सुस्तीच्या या प्रभावाची तीन प्रमुख कारणं आता आपण जाणून घेऊया.

पहिलं कारण – प्रेरणेची कमतरता

आपण ज्यांना सुस्त समजतो, ते खरोखरच सुस्त आहेत, की त्यांना कोणती प्रेरणाच नाही, यावर आपण कधी विचार केलाय? **खरंतर या जगात सुस्त लोक कमी आणि अप्रेरित लोकच जास्त असतात.** जगभरात जे लोक कोणतंही वैशिष्ट्यपूर्ण काम करत नाहीत, ते अप्रेरित, द्विधावस्थेत किंवा व्याधिग्रस्त असतात.

आपल्या शरीराला जेव्हा एखादा आजार होतो, तेव्हा ते पूर्ण क्षमतेसह काम करू शकत नाही. आपलं मन जेव्हा एखादं काम करावं की करू नये, अशा द्विधावस्थेत

असतं, तेव्हादेखील त्याच्याकडून काही काम होऊ शकत नाही. अशी द्विधावस्था निर्माण होण्यामागचं मुख्य कारण म्हणजे, आपण आपल्या अंतरंगात शोध घ्यायला कधी शिकलोच नाही.

हल्लीची तरुणाई जास्त आळसावलेली दिसते, यामागचं मुख्य कारण म्हणजे, ती अप्रेरित आहे. 'नेमकं काय आणि कसं करायचं?' या प्रश्नाच्या चक्रव्यूहात ती अडकून संभ्रमावस्थेत आहे, कारण त्यांना शोध घ्यायला शिकवलं जात नाही. खरंतर शालेय पाठ्यपुस्तकांत, अभ्यासक्रमातच या विषयाचा समावेश असायला हवा. कशा प्रकारे शोध घेऊन आपल्या प्रश्नांची उत्तरं, आपल्या समस्यांवरील समाधान शोधून काढायचं, हे मुलांना शिकवायला हवं. सर्वप्रथम 'अभ्यास का करायचा,' यावर शाळेत मुलांना मार्गदर्शन मिळायला हवं. आपल्या बौद्धिक क्षमतेचा उत्तम प्रकारे विकास व्हायला हवा, यासाठीच शाळेमध्ये वेगवेगळे विषय शिकवले जातात. याची स्पष्टपणे जाणीव मुलांना व्हायला हवी. यांतील काही गोष्टींचा संबंध आपल्या वैयक्तिक आयुष्याशी असो वा नसो; पण आपल्या बौद्धिक क्षमतेच्या विकासासाठी दिलेला हा विविध प्रकारचा व्यायाम आपल्यासाठी खूपच महत्त्वपूर्ण असून त्याने आपली बौद्धिक क्षमता वाढते, आपली गुणवत्ता आणि मौलिकता निखारण्याचं काम होतं, हे समजायला हवं. यामुळेच मूल जेव्हा मोठं होईल, तेव्हा त्याला भविष्यात आपल्याला नेमकं काय करायचं आहे, हे निश्चितपणे माहीत असेल.

जेव्हा मनुष्याला 'काय आणि का करायचं आहे' याचं उत्तर नेमकं माहीत असतं, तेव्हा त्याला प्रेरणा मिळते. मग अशा प्रकारे प्रेरित झालेला मनुष्य कोणतंही काम सहजपणे पूर्ण करू शकतो, कोणत्याही प्रकारची सुस्ती त्याच्या मार्गातील अडथळा बनू शकत नाही.

प्रेरित मनुष्याकडे पाहताच आपल्या लक्षात येतं, की त्याचं लक्ष्यच त्याच्याकडून कार्य करून घेत आहे. तसंच, अप्रेरित मनुष्याकडे पाहिल्यानंतरही कदाचित या मनुष्याच्या आयुष्यात कोणतंही ध्येय अथवा प्रेरणा नसावी, हे आपल्या लक्षात येतं. याच कारणाने आज कित्येक तरुण आपला मौल्यवान वेळ वाया घालवत आहेत. अशा तरुणांना त्यांच्या उद्दिष्टाची जाणीव देऊन, प्रोत्साहनही द्यायला हवं.

आपणही एक प्रश्न स्वतःला नक्की विचारा, 'माझ्याकडून कोणकोणती कार्यं होत नाहीत, कोणकोणत्या गोष्टीत मी आळसावतो; म्हणून मी असं कोणतं काम करावं, ज्यामुळे मला प्रेरणा मिळू शकेल?' एकदा का ही प्रेरणा मिळाली, की आपल्यातील सुस्ती कुठल्या कुठे पळून जाईल.

दुसरं कारण – अंतर्मनातील द्विधावस्था

कित्येकदा मनुष्याच्या अंतर्मनात अशी एखादी अनामिक गोष्ट अथवा भीती दडलेली असते, जी त्याला कार्यापासून परावृत्त करत असते. मात्र या गोष्टीवर जेव्हा तो मनुष्य मनन करतो, इतरांशी विचार-विनिमय करतो, तेव्हा नेमकं कारण त्याच्या समोर येतं.

ही समस्या सुप्तावस्थेत असल्याने लोकांना तिचं आकलन होत नाही, मग त्यावर तोडगा काढणं तर खूपच दूरची गोष्ट. असे लोक नेहमी कुठेतरी हरवलेले, शांत-शांतच दिसतात आणि कोणत्याही कार्यात त्यांच्यात उत्साह जाणवत नाही. त्यांच्याकडे पाहून लोकांना वाटतं, 'ही व्यक्ती खूपच आळशी आहे'; परंतु खरी समस्या तर त्यांच्या अंतर्मनात दडलेली असते. अशा लोकांनी लेखनकार्य आरंभ करायचं आहे. जी काही द्विधावस्था त्यांना जाणवतेय, ती लिहायला सुरुवात करायची आहे. असं केल्याने मूळ समस्या नेमकेपणाने समोर येईल आणि त्यावरचा उपायदेखील मिळेल.

कित्येक लोक जेव्हा आपली समस्या कागदावर लिहितात, तेव्हा त्यांना त्या समस्येवरील उपाय गवसतो. असं होण्याचं मुख्य कारण म्हणजे, लिहिताना त्यांचं अंतर्मन खुलतं जातं.

मुख्यतः जे लोक आपल्या समस्यांशी जखडून राहतात, ते समस्येमागचं कारण कधी शोधू शकत नाहीत; परंतु असे लोक जेव्हा लिहायला बसतात, तेव्हा त्यांच्याकडून अकस्मात योग्य दिशेने मननास प्रारंभ होतो आणि त्यांच्या समस्येवरील उपाय आपोआपच दृष्टिपथात येतो.

तिसरं कारण – संभ्रमावस्था

युद्धभूमीवर अर्जुन श्रीकृष्णाला 'मी युद्ध करणार नाही' असं म्हणतो, तेव्हा त्यामागे नेमकं कारण काय होतं? तो आळसावल्यामुळे असं म्हणत होता का? नक्कीच नाही. खरंतर तो द्विधावस्थेत अडकला होता. युद्ध करावं की करू नये हे त्याला काही केल्या समजत नव्हतं. अशा परिस्थितीत श्रीकृष्णांनी त्याला यथायोग्य मार्गदर्शन करून युद्धासाठी प्रोत्साहित केलं.

जो मनुष्य द्विधावस्थेत आहे, त्याला कोणतंही काम कठीणच वाटतं. म्हणून प्रथम मनातील द्विधावस्था मिटवणं, हेच त्याचं आद्यकर्तव्य ठरतं. मात्र यासाठी सुयोग्य अशा मार्गदर्शकाकडून योग्य असा सल्ला घेणं श्रेयस्कर ठरतं. द्विधावस्थेत केलेलं कोणतंही

काम एकतर पूर्णच होत नाही, किंवा झालं तरी ते दर्जेदार होऊ शकत नाही. कारण बहुधा ते नाराजीनंच झालेलं असतं. मात्र लोकांना वाटतं, की आळसामुळे त्याने हे काम केलं नाही.

एडिसनसारख्या महान संशोधकांना आपल्या प्रयोगशाळेत कित्येकदा अपयश आलं, तरीही ते थांबले नाहीत. कारण त्यांच्या मनात प्रकाश हाच एक ध्यास होता. आपलं आयुष्य प्रकाशमान करण्याची त्यांची मनोमन इच्छा होती, त्यामुळेच त्यांची कर्मं प्रवाही होती. जे लोक प्रेरित असतात, आपल्या आयुष्यात आपल्याला काय साध्य करायचंय, हे ज्यांना ठाऊक असतं, ते आपल्या जीवनाला आकार देतात.

'मी कोणती नोकरी करावी, जिथून मला जास्त पगार मिळेल अशी, की जे काम माझ्या आवडीचं आहे, जिथे मला जास्त सुख-सुविधा उपलब्ध असतील, अधिकार, मान-सन्मान मिळेल अशा ठिकाणी मी नोकरी करावी?' इत्यादी... अशा प्रकारचे असंख्य प्रश्न लोकांना नेहमी पडतात परंतु हा विचार करण्याआधी आपण 'मी माझ्या आयुष्याला कसा आकार द्यायचा आहे,' असा विचार करायला हवा. आपल्याला या आयुष्यात काय साध्य करायचं आहे याची निश्चिती करणं खूपच आवश्यक आहे. एकदा का आपण हे ध्येय निश्चित केलं, तर मग 'निसर्गाकडूनच माझ्या जीवनाला पैलू पाडले जात आहेत,' या समजेनुसार प्रत्येक कर्म व्हायला हवं.

शिल्पकार जेव्हा आपल्या आयुधांद्वारे दगडावर घाव घालतो, त्याला आकार देऊ लागतो, तेव्हाच त्यातून खऱ्या अर्थाने मूर्ती साकारते. म्हणून आपण स्वतःतून जसं स्वरूप प्रकट होऊ इच्छितंय, तसंच प्रकट होऊ द्या, त्यासाठी अंतरंगातूनच प्रोत्साहित व्हा, आपल्या आयुष्याला कसा आकार द्यायचा आहे, हे ठरवा. मग त्याच दिशेने मार्गक्रमण सुरू करा. त्यानंतर आपल्याकडून आपोआपच अशी निवड, कृती होईल, जी आपल्या या कार्यास पोषक ठरेल.

मग आपण इतरांकडे पाहून व्यर्थ गोष्टींच्या मोहजाळात गुंतणार नाही. जेव्हा आपल्याकडून प्रवाही कर्मं घडू लागतात, तेव्हा 'आपण काही काम करतोय,' हे जाणवतदेखील नाही. यासाठी आधी द्विधावस्थेला दूर सारून 'मला नेमकं काय करायचं आहे,' यावर स्पष्टपणे मनन करा.

आपल्याकडून जेव्हा प्रवाही कर्मं होऊ लागतील, तेव्हा सुस्तीची शिकार होण्याचं काही कारणच उरणार नाही. आपण शरीरास विश्रांती देत असाल, तर त्या अवस्थेतदेखील आपण आपल्या मूळ स्वरूपाजवळच असाल. म्हणजेच आपली

शारीरिक विश्रांतिवस्था हीदेखील आपल्याला साहाय्यकच ठरेल. स्वतःलाच विचारा, 'मी सुस्त- आळशी आहे की द्विधावस्थेत आहे?' मनातील ही द्विधावस्था- संभ्रमावस्था जसजशी दूर कराल, तसतशी प्रेरणा मिळू लागेल आणि आपल्यातील आळस, सुस्ती आपोआपच दूर होईल.

काही मुलं शालेय जीवनात विद्याभ्यासात खूप हुशार, चुणचुणीत असतात; पण कॉलेजात गेल्यानंतर मात्र आळसावतात. त्यांच्यातील या सुस्तीच्या मागे कित्येकदा द्विधावस्था कारणीभूत असू शकते. उदाहरणार्थ - एखाद्याला भौतिकशास्त्रातील संज्ञा किंवा रसायनशास्त्रातील सूत्रं, अथवा जीवशास्त्रातील गुंतागुंत समजू शकत नाही, तेव्हा अशी मुलं त्या विषयापासून दूर राहतात. त्यांच्या या समस्या दूर करणारं, त्यांना सोप्या भाषेत तो विषय समजावून सांगणारं एखादं पुस्तक जर त्यांना मिळालं, तर पुन्हा त्यांची त्या विषयातील रुची वाढू लागते.

आता या उदाहरणाद्वारे आपल्याला आणखी स्पष्टपणे समजलं असेल, की द्विधावस्थेमुळेच कित्येकदा आपल्याकडून कोणतंही काम होऊ शकत नाही आणि आळसदेखील जाणवत राहतो.

एक गोष्ट मात्र सदैव लक्षात ठेवा, की जे लोक स्वतःच संशयाच्या भोवऱ्यात गुरफटलेले असतात, अशा लोकांचा सल्ला आपण कधीही घेऊ नये. प्रामाणिकपणे यथायोग्य असा सल्ला देणारे लोक जर आपल्या आयुष्यात आजवर आलेले नसतील, तर 'माझ्या आयुष्यातील हा गुंता सोडवण्याचा आनंद मला उपभोगता यावा,' अशी प्रार्थना करत राहा. मग निसर्गच नक्कीच आपल्यासाठी तशी व्यवस्था करेल.

'मला योग्य असा सल्ला देणारा मार्गदर्शक कोणीही नाही, त्यामुळे मी हे अमुक एक कार्य करू शकत नाही,' अशा सबबी सांगू नका, तर अग्रेसर व्हा.

अध्याय ४

सुस्तीतून मुक्तीचा सिद्धांत

आळसाच्या मूळ कारणाची समज

आपण जेव्हा ईश्वराविषयी, सत्याविषयीच कार्य प्रेमाने करतो, तेव्हा ते कार्य पार पाडण्याची शक्ती आपल्याला आपोआपच प्राप्त होते.

जे लोक आपल्या कामात निष्णात असतात, त्यांना ते कौशल्य प्राप्त करण्यासाठी आधी हजारो तास त्या कामाच्या सरावासाठी द्यावे लागतात. तेव्हा कुठे त्या कामात कोणीही त्यांचा हात धरू शकणार नाही, अशी परिस्थिती निर्माण होते. दीर्घकाळाचं योगदान देऊन अथक परिश्रम केल्यानेच ही स्थिती त्यांना साध्य झालेली असते. त्यामुळे बोनस म्हणून त्यांच्या कामाची गुणवत्तादेखील वाढते. याचं एक कारण म्हणजे, असे लोक आपलं प्रत्येक काम हे जणू काही ईश्वराचंच कार्य आहे, असं समजून भक्तिभावाने करत असतात. यामुळे ते कार्य करण्याची शक्तीदेखील त्यांना आपोआपच प्राप्त होते.

इतर लोकदेखील ते काम करत असतात, परंतु त्यांच्यात तितकी गुणवत्ता नसते, जितकी या लोकांनी वर्षानुवर्षांच्या परिश्रमांनंतर प्राप्त केलेली असते. ज्या लोकांमध्ये आळस सामावलेला आहे, असे लोक मात्र या शक्तीपासून सदैव वंचितच राहतात.

आपण स्वतःला जर त्या कार्याविषयीचं सतत स्मरण करत असाल, तर ते कर्म

पार पाडणं आणि त्यात कौशल्य प्राप्त करणं, हे आपल्यासाठी खूपच सहज-सुलभ होऊ शकेल. मग आपल्यात ऊर्जेचादेखील संचार होईल आणि आपलं कार्यदेखील सुरळीतपणे पार पडेल. याचबरोबर आपल्यामधील गुणवत्ता तर वाढीस लागेलच, पण त्यासोबतच आपल्या कामाचा दर्जादेखील वाढत राहील. आपण आपल्या कामात अतिशय तरबेज व्हाल. याचं कारण आपण ईश्वरावरील, सत्यावरील अढळ निष्ठेने, पूर्ण श्रद्धेने ते कार्य करत आहात.

आपण ईश्वरावरील अढळ निष्ठेने ते कार्य करत असल्याने आपल्यातील आळस दूर होईल आणि आपल्याला कार्य करण्याची शक्तीदेखील मिळेल.

कोणताही आळशी मनुष्य जेव्हा एखादं काम करण्याचं टाळतो, तेव्हा त्याला एकतर काम न करण्याचं सुख मिळतं, किंवा हे काम करावं लागतंय, याचं दुःख तरी होतं. मनुष्याला जे करण्यातून सौख्यप्राप्ती होते, ती गोष्ट तो वाढवत असतो. काम न करणं अथवा टाळणं हे सुखदायी वाटू लागल्यामुळेच त्याच्यातील आळस वाढत जातो. कसं, ते आता आपण समजून घेऊया.

समजा, आपल्याला बँकेत जायचं आहे, परंतु त्याचवेळी आपल्या लक्षात येतं, की 'अरे, आज तर बँक बंद आहे.' मग आपण सुटकेचा निःश्वास सोडत विचार करतो, 'चला, आता आपण उद्या बँकेत जाऊ.' अशा रीतीने कारण मिळताच मनुष्याला दिलासा मिळतो आणि मग तो आळसातच लोळत पडण्यात सुख मानतो.

समजा, आपल्याला घरी बसून टीव्ही बघायची इच्छा आहे आणि आईने सांगितलं, 'बाळा, जरा दुकानात जाऊन रेशन घेऊन ये बरं,' तर अशा वेळी आपली किती चिडचिड होते, याचा जरा विचार करून पाहा. मग अचानक आपल्याला आठवतं, 'अरे, आज तर आठवड्याचा शेवटचा दिवस आहे आणि आज बाजारदेखील बंद आहे.' अशा वेळी या विचारानेच आपल्याला आनंद होतो. मग आपल्याला इतका आनंद होतो, जणू काही आपण ते काम नुकतंच पार पाडलं आहे. हे असतं काम न करण्याचं सुख.

समजा, याच्या अगदी उलट स्थिती आहे, म्हणजे बाजार सुरू असून, आपल्याला खरेदीसाठी जावंच लागणार आहे, तर मग अशा स्थितीत आपण कसं जाल? 'बाहेर किती ऊन पडलंय आणि आता मला अशा उन्हातून जावं लागतंय... बाजार तरी काय जवळ आहे का, किती लांब जावं लागणार आहे... सगळी कामं मलाच का सांगितली जातात, सगळीकडे मीच का धावाधाव करायची...' अशा प्रकारे मनातून चिडचिड

करतच आपण जाऊ लागतो. यालाच म्हणतात, काम करावं लागण्याचं दुःख.

एखादं काम करावं लागत नाही, तेव्हा मनुष्याला सुख मिळतं आणि जेव्हा ते करावं लागतं तेव्हा जे मिळतं ते दुःख. आता सुस्तीतून मुक्ती प्राप्त करण्यासाठी आपल्याला उपरोक्त वाक्य नेमकं उलट करावं लागेल. म्हणजे हा सिद्धांत काहीसा असा असेल, 'कर्म केल्याने मिळावं सौख्य आणि कर्म टाळल्याने व्हावं दुःख.' जेव्हा या सिद्धांतानुसार लोक आचरण करू लागतात, तेव्हाच मिळते आळसातून मुक्ती.

एकदा हा सिद्धांत लक्षात आला, अंगवळणी पडला, की मग विजय आपलाच आहे. एकदा हे तंत्र आपण आत्मसात केलं, की मग आळस झटकण्याच्या नवनव्या क्लृप्ती आपण स्वतःच शोधून काढाल आणि अशा प्रकारे विश्वाच्या उन्नतीकरितादेखील हातभार लावू शकाल. शिवाय, यामुळे आपल्याला कर्म करण्याचं खरं सुखदेखील प्राप्त होईल.

आपल्या अंतरंगातूनच प्रेरणा मिळून एखादं कार्य घडतं, तेव्हा मनुष्याला खऱ्या सुखाची प्राप्ती होते. ज्या महापुरुषांनी आपल्या अंतरात्म्याच्या आदेशाने प्रेरित होऊन कार्य केलं, त्यांना किती मनःशांती, किती दिलासा मिळाला असेल बरं! याची कल्पनादेखील आपण करू शकत नाही. कोणाला सुळावर चढवण्यात आलं, तर कोणी घरादाराचा त्याग करून रानावनात गेलं. शिवाय कोणी दऱ्याखोऱ्यांत भटकत राहिलं; घनदाट जंगलांमध्ये, चोर-लुटारूंमध्ये जाऊनदेखील अशा महात्म्यांना मनःशांतीची अनुभूती प्राप्त झाली. त्यांच्यावर कधीही आळसाचा अंमल चढला नाही. आळसामुळे ते कधीही त्रस्त झाले नाहीत, कारण त्यांना कर्तव्यकर्माचं सुख मिळत गेलं आणि कर्मफळाविषयी कोणतीही आसक्ती निर्माण झाली नाही. त्यांच्याकरिता 'कर्म करणं हेच सुख आणि कर्म टाळणं म्हणजेच दुःख,' हाच जणू सिद्धांत बनला. आपणदेखील या सिद्धांताचा अवलंब कराल, तर नक्कीच सुस्तीतून मुक्ती मिळवू शकाल.

किमान आपल्याला कोणत्या गोष्टीतून सुख मिळत आहे, तसंच जे सुख मिळाल्यासारखं वाटतं, वास्तविक ते खरं सुख तरी आहे का? याविषयी आपली समज नक्कीच प्रगल्भ व्हायला हवी. मनुष्याला स्वादिष्ट भोजन सुखकारक वाटतं खरं पण अशा वेळी मनुष्याने स्वतःलाच विचारायला हवं, 'हे खरोखरच सुख आहे का? काल मी जे मिष्टान्न खाल्लं होतं, त्याचा स्वाद अजूनही जिभेवर रेंगाळतोय का, की तो अल्पावधीसाठीच होता? तो पदार्थ खाऊन खरोखरच तृप्ती लाभली का?' मनुष्य जेव्हा प्रामाणिकपणे स्वतःलाच असे प्रश्न विचारू लागतो, तेव्हा तो अशा गोष्टींत गुंतण्यापासून मुक्त होतो.

सिद्धांताद्वारे काही गोष्टी समजणं सहज-सुलभ ठरतं. असाच एक कर्माचा सिद्धांत आहे, जो समजून घेतल्यानंतर, आपण आयुष्यभर कशा प्रकारे कर्म करायला हवं, हे आपल्या लक्षात येऊ शकेल. हाच सिद्धांत आपल्याला सुस्तीतून मुक्ती मिळवण्यासाठीदेखील साहाय्यक ठरू शकेल.

अध्याय ५

कपोलकल्पित गोष्टींतून निर्माण झालेला आळस
तणावमुक्त होऊन काम कसं करावं

या पावलावर आपल्याला आपल्या मनाच्या 'कपोलकल्पित कथां'तून मुक्त व्हायचं आहे. 'कपोलकल्पित कथा' म्हणजे नेमकं काय, ते हे प्रकरण वाचल्यानंतर आपल्या लक्षात येईल.

जसं, एखाद्याला वाटतं, 'मला प्रत्येक व्यक्तीकडून आदर मिळायलाच हवा... मी नेहमी असंच परफेक्ट असायला हवं... मी जे काही काम करतो, ते योग्यच असतं... माझ्या सान्निध्यात येणाऱ्या प्रत्येकाला मी आवडलो पाहिजे...' पण या सर्व केवळ कपोलकल्पित मान्यकथा आहेत. स्वतःविषयी अशी कल्पना करून घेतल्याने, अशा मान्यकथांची निर्मिती केल्याने मनुष्य आपल्या जीवनामध्ये अनेक अडचणी निर्माण करतो. उदाहरणार्थ, अनेकदा आपल्याला दिसतं, की स्वतःच्या क्षेत्रात उत्तम कार्य केल्याने लीडर्स, खेळाडू, हीरो इत्यादी मंडळींना सेलिब्रेटीचं लेबल लावलं जातं. जसं, 'अरे, हा माणूस परफेक्ट आहे... याने जाहीर केल्याप्रमाणे सर्व गोष्टींची पूर्तता केलीय... हा माणूस नेहमी त्याच्यासाठी निश्चित केलेल्या कसोट्यांवर खरा उतरतो... याला त्याच्या क्षेत्रात कुणीच आव्हान देऊ शकत नाही...' अशा रीतीने एखाद्या विद्यार्थ्याच्या बाबतीतही घडत असतं. मग त्या विद्यार्थ्याबाबत आपली जणू धारणाच बनते, 'हा

विद्यार्थी ना, नेहमी नव्वद टक्क्यांपेक्षा जास्तच गुण मिळवितो.' यांसारखी वाक्यं जेव्हा त्याच्या कानी पडतात, तेव्हा साहजिकच त्या विद्यार्थ्याच्या मनावर प्रचंड ताण येतो. तो विचार करतो, 'आता मला पुढच्या वेळीही नव्वद टक्क्यांपेक्षा जास्त गुण मिळवावे लागतील आणि समजा मिळाले नाहीत, तर लोक मला काय म्हणतील?' अशा रीतीने लोक स्वतःबाबत मान्यकथांची निर्मिती करून आपल्या जीवनात विनाकारण ताण-तणाव निर्माण करीत असतात, त्यामुळे ते करीत असलेल्या कामात दिरंगाई होऊन पहिल्याप्रमाणे ते कौशल्य दाखवू शकत नाहीत.

मात्र जोपर्यंत त्या विद्यार्थ्याच्या कानावर नव्वद टक्क्याच्या प्रशंसेची गोष्ट पडली नव्हती तोपर्यंत त्याला, 'मला नव्वद टक्के मार्कस् कुठल्याही स्थितीत मिळवलेच पाहिजे' या गोष्टीचं टेन्शन नव्हतं. म्हणून त्याचा अभ्यासही व्यवस्थितपणे होत होता. पण आता ही गोष्ट मान्यकथा बनल्याने त्याच्या लेखी ती अनिवार्य (मस्ट) होऊन गेली. या ताणतणावामुळे त्याचा अभ्यास कमीकमी होऊ लागला, त्याचं मन अशा मान्यकथांमध्येच गुरफटलं गेलं. यापुढे मला जर कमी मार्क्स पडले, तर लोक काय म्हणतील? माझ्या प्रतिमेचं (इमेजचं) काय होईल? हा प्रश्न, ही चिंता त्याला भेडसावू लागते... लोक म्हणतील, बघा त्याच्याकडे... हाच बरं का तो मुलगा... पूर्वी हा खूप तरतरीत आणि अतिशय मन लावून अभ्यास करायचा, पण हल्ली तणावामुळे तो खूपच सुस्त झालाय' असं का घडलं तर त्याच्या मनात निर्माण झालेल्या भयामुळे, त्याच्याबाबतीत गढल्या गेलेल्या मान्यकथांमुळे. या मान्यकथांनी त्याला त्रस्त तर केलंच शिवाय सुस्तही करून टाकलं, म्हणून आता त्याच्या प्रत्येक कामात दिरंगाई होऊ लागली.

त्यानंतरची पायरी म्हणजे तो विद्यार्थी दुसऱ्या फॉर्म्युल्यावर विचार करायला लागतो, 'मी या वर्षी ड्रॉप घेऊन म्हणजेच परीक्षेला न बसता पुढच्या वर्षी परीक्षा देईन.' पर्यायानं त्याचं मन परीक्षेला न बसण्याचं निमित्त शोधायला लागतं. कारण त्याला मनाप्रमाणे मार्क्स मिळविण्यासाठी अधिक अवधी मिळावा. अशा प्रकारे तो स्वतःच्या मान्यकथा निर्मितीस कारणीभूत झाल्यानं परीक्षा देण्याचं टाळतो.

या उदाहरणाच्या आधारे प्रत्येकाने आपल्या जीवनाचं डोळसपणानं निरीक्षण करायला हवं. त्याचबरोबर यामागची कारणं जाणण्याचा प्रयत्न करावा. प्रत्यक्षात लोक सुस्त आहेत का? मग जर ते सुस्त नसतील, तर त्याचे दुष्परिणाम का भोगताहेत? कुठे याच कारणांमुळे त्यांची कामं योग्य रीतीने पार पडताहेत की नाहीत? आपण क्रियाशील

(ॲक्टिव्ह) असूनही आपली कामं जर योग्य रीतीनं होत नसतील, तर आपण स्वतःला एकच प्रश्न विचारायला हवा, 'माझ्या अंतर्यामी एखादी मान्यकथा तर निर्माण होत नाही ना? आणि त्यातून स्वतःचा बचाव करण्यासाठी तर मी असं काही विचित्र सूत्र (फॉर्म्युला) तयार केलेलं नाही ना? मग ही सुस्ती कशाचा परिणाम आहे?' तात्पर्य, 'आपलं कार्य परफेक्ट करण्याच्या नादात आपण स्वतःलाच असा वाढीव कालावधी देऊन टाकतो. त्यामागे आपली अशी समजूत असते, की आपल्याला एखादं योग्य उत्तर किंवा सूत्र गवसेल. ज्यायोगे आपण पहिल्यापेक्षा अधिक उत्कृष्ट काम करू शकतो.' पण असं घडत तर नाही, उलट त्या कामामध्ये अधिक वेळकाढूपणा वाढत जातो आणि कामाचा स्तरही खालावतो.

अनेकदा आपण काही नेत्यांना असे बोलताना ऐकतो, 'माझ्या सोबत काम करणाऱ्या सहकाऱ्यांचा माझ्यावर खूप विश्वास आहे. वास्तविक माझी तितकी पात्रता नसतानाही त्यांना वाटतं, अमुक एखादं कार्य माझ्या हातून निश्चित होणार आहे. त्यामुळेच मला सतत काम करावं लागतं. मी त्यांच्या विश्वासाला पात्र ठरलो नाही, तर लोकांना माझ्या नेतृत्वगुणांविषयी संदेह निर्माण होईल. त्यामुळे त्यांच्या अपेक्षांना मी तडा जाऊ देणार नाही.' अशा प्रकाने त्यानेच निर्मिलेल्या स्वतःच्या मान्यकथेत गुरफटल्याने तो नेता अधिक संभ्रमित होतो, तणावाखाली वावरू लागतो. खरंतर ताण न घेताही तो योग्य प्रकारे काम करू शकला असता. त्याचप्रमाणे आपल्याला जर पूर्वकल्पना असती, तर आपणदेखील आपली जीवनकथा मस्त, मस्ट (अनिवार्य) बनू दिली नसती. शिवाय कथेच्या जाळ्यात अडकून पडलो नसतो. म्हणून आपल्याला वेळोवेळी हा प्रश्न विचारायचा आहे, 'हे काम मी थोडंथोडं करून पूर्ण करू शकतो का?'

तणावमुक्त होऊन काम कसं पूर्ण करावं

लोकांच्या जीवनात 'करा किंवा मरा' अशी स्थिती जेव्हा निर्माण होते, तेव्हा ते अशक्यप्राय कामंही सहजतया पार पाडतात. नंतर त्यांच्यात आत्मविश्वास वृद्धिंगत होतो. मग ते म्हणतात, 'अरेच्चा, हे काम तर माझ्यासाठी सहज शक्य होतं... मी उगाचच कथेत गुरफटलो गेलो, म्हणून मला ते अशक्य वाटलं.'

एक विद्यार्थी अभ्यासाची नेहमी टाळाटाळ करीत असे. एकदा शाळेचे वर्गशिक्षक विद्यार्थ्यांना म्हणाले, 'आता तुमच्याकडे पुढचा तास संपूर्ण मोकळा आहे, कारण तो फ्री पिरियड आहे.' त्यावर विद्यार्थ्याने विचार केला, 'या मधल्या रिकाम्या वेळेत मला

काही करणं शक्य आहे का?' त्या दिवशी त्याचा मित्रदेखील शाळेत आला नव्हता. तो असता तर दोघांनी विचार करून एकत्रितपणे काही करणं शक्य झालं असतं. पण आता काय करावं? त्याने आपलं पुस्तक उघडून अभ्यास सुरू केला. त्या रिकाम्या तासात त्याने आतापर्यंत शिकवलेल्या धड्यांचं पूर्ण अध्ययन केलं. तेव्हा त्याला आश्चर्य वाटलं आणि तो स्वतःशी विचार करू लागला, 'अरे, हे तर आपल्याला सहज शक्य होतं, अवघड असं काय होतं त्यात?' पहिल्यांदा जो विद्यार्थी अभ्यासाची टाळाटाळ करीत होता, त्याला आता ही छोटीशी गोष्ट महत्त्वपूर्ण धडा शिकवून गेली. तात्पर्य, जीवनात घटना घडावी यासाठी वाट पाहण्याची आवश्यकता नाही, तर हाती घेतलेलं कार्य वेळेपूर्वीच पूर्ण करावं.

प्रस्तुत उदाहरणावरून आपल्याला रिकामा वेळ मिळाल्यावर तो केवळ व्यर्थ न घालवता एखादं उत्पादक कार्य केलं पाहिजे, असा बोध होतो. म्हणजे त्यापासून आपल्याला इतरही अनेक वेगवेगळी कामं करण्याची प्रेरणा लाभेल. त्याचबरोबर कठीण वाटणाऱ्या गोष्टीही वास्तवात तितक्या कठीण नसतात, तर तो मनाने निर्माण केलेला आभास वा भय असतं. कोणतंही कार्य अशा रीतीने हाती घेतल्यावर ते सुरुवातीला जरी कठीण वाटलं तरी थोडंथोडं करीत गेल्यानं पूर्ण होतं. अशा प्रकारे कुठलंही काम हळूहळू का असेना, पण नेटानं पूर्णत्वाला नेण्याचं स्वतःला वळण लावा.

मनुष्य जेव्हा असा विचार करतो, 'आपल्या हातात असलेली सगळी कामं लगेच पूर्ण व्हावीत, इतकंच नाही तर ती परफेक्ट व्हावीत,' अशा विचारांमुळे प्रत्यक्षात आपल्या हातून काहीच होत नाही. उलट सगळं काही ठप्प होतं. ज्याला अशा अडचणी जाणवतात, त्यांनी आपल्याबाबतीत जे काही घडतंय त्याची मान्यकथा निर्माण होऊ द्यायची नाही, असं स्वतःला ठामपणे समजवायला हवे. कित्येकदा माणसाला एखादी घटना घडून गेल्यानंतर कळतं, आपण समजतो तितकी ती गोष्ट गंभीर नव्हती. तेव्हा आपण उगाच याचा इतका बाऊ केला, हे जाणवतं. ही तर केवळ एक कथा होती म्हणून आपल्याला स्वतःमध्ये असा आत्मविश्वास जागृत करायचा आहे, 'काही असो, मला माझं काम उत्तम रीतीने पार पाडण्याचा प्रयत्न करायचा आहे. जी साधनं आज माझ्याजवळ उपलब्ध आहेत, त्यांच्या आधारेच मला माझी कामं पार पाडण्याचा प्रयत्न केला पाहिजे.' आपल्याकडून जे शक्य असेल ते नेहमी करीत जावं, त्याच्या परिणामांचा फारसा विचार करण्याची काहीही गरज नाही. शेवटी जितकं काम तुम्ही हातून घडण्याची कल्पना केली होती, त्यापेक्षाही जास्त पार पडलेलं आहे, हे आपल्याला जाणवेल. म्हणूनच लोक नेहमी म्हणतात, 'सुरुवातीला आम्हाला हे काम इतक्या मोठ्या

प्रमाणात होईल, याची मुळीच कल्पना नव्हती.' कारण कोणतंही कार्य घडून गेल्यानंतरच मनुष्यामध्ये आत्मविश्वास वाढतो. म्हणून आपल्याला सांगितलं जातं, 'आपल्याला जे काही करणं शक्य आहे, ते अवश्य करा.' परिणामी जेव्हा अशी ही सारी कामं एकत्रितपणे समोर येतील, तेव्हा आपण आश्चर्यचकित व्हाल.

निरंतर मनन केल्यानेच या तथाकथित मनोकल्पनेतून निर्माण होणाऱ्या तणाव आणि सुस्ती यांसारख्या गोष्टींतून आपण मुक्त होऊ शकतो.

अध्याय ६

मनाच्या सबबींमध्ये गुंतू नका
टाळण्याच्या सवयीला कसं टाळाल

निसर्ग आपल्याला वेळोवेळी, सातत्याने काही संकेतांद्वारे मदत करत असतो. म्हणून प्रत्येक दिवशी आपल्यासमोर जी कामं येतात, त्यांतून आपल्याला कोणतं प्रशिक्षण मिळतंय, यावर थोडं मनन करायला हवं. आपण जर कोणत्याही कार्यात विलंब करत असाल, त्यास नकार देत असाल, किंवा कोणावर तरी दोषारोप करून ते कार्य टाळत असाल, तर अशा स्थितीत आपण वेळीच सावध व्हायला हवं आणि अशा सवयीला टाळायला हवं. मनुष्य नेहमीच आळसामुळे सुरू असलेली कामंही टाळण्याचा प्रयत्न करत राहतो.

समजा, अशा स्थितीत जर कोणी आपल्याला सांगितलं, की 'आपल्यात कोणत्याही कामाबाबत टाळाटाळ करण्याची वृत्ती सामावलीय,' तर आपण ते मान्य करण्यास तयारच होत नाही आणि वस्तुस्थिती पाहूनही त्याकडे दुर्लक्ष करत राहतो. म्हणून आपण आधी वस्तुस्थितीला सामोरं जाण्याची, कटुसत्य ऐकून घेण्याची सवय स्वतःला लावायला हवी. मानसिक सुस्तीमुळे मनुष्य स्वतःविषयी, मग त्या खऱ्या गोष्टी असल्या तरी, ऐकून घेऊ इच्छित नाही. म्हणून जर कोणी आपल्याला आपल्याविषयी काही खऱ्या गोष्टी सांगत असेल, तर आधी त्या शांतपणे ऐकून घ्यायला हव्यात, त्यास नकार देऊ नये.

आपण जेव्हा कुठलीही गोष्ट ऐकण्यासाठी खुले असतो, तेव्हा आपण कुणावरही आक्षेप घेत नाही, आरोप करत नाही. अन्यथा लोक, 'हा माझा दोष नव्हेच, इतर कुणीतरी ते केलं असेल,' असं म्हणून आपला दोष दुसऱ्यांच्या माथी मारून मोकळे होतात. अशा रीतीने अनेक जण आपले दोष व अवगुण इतरांवर ढकलून कामं टाळतात किंवा दिरंगाई तरी करतात. कित्येकदा माणसाला वाटतं, 'मी जर या गोष्टी करण्यास विलंब केला, तर आपोआप हे काम टाळता येईल. मग पुढचं पुढे पाहूया.' पण काही कामं अशी असतात, जी वेळेवरच करावी लागतात. याचाच अर्थ, आपण ती करण्याची टाळाटाळ केल्यास दुसरं कुणी तरी ते काम करून टाकतात. तमोगुणी व्यक्ती याचाच गैरफायदा घेते आणि तिच्यासाठी हा एक नवीन 'फॉर्म्युला' बनून जातो.

समजा, एखादी व्यक्ती त्याच्यावर सोपविलेल्या कामाविषयी काहीतरी कारणं सांगून टोलवाटोलवी करते. जसं, 'हो, हो मी करतो ना ते काम, त्यात काय एवढं! पण उद्या किंवा परवा.' मग त्याच्या लक्षात येतं, की कुणा दुसऱ्याने ते काम पूर्णही करून टाकलंय, त्या वेळी त्याच्या मनात एक सुखासीन भावना निर्माण होते, तो मनोमन म्हणतो, 'किती बरं झालं ना, मी ते काम टाळलं ते, पाहिलंत, दुसऱ्या कुणीतरी ते करून टाकलं?' परिणामी, त्या व्यक्तीमध्ये वेगवेगळे बहाणे देऊन कामं टाळण्याची वृत्ती विकसित होते. मग हळूहळू कामचुकारपणा व दिरंगाई करण्याकडे त्याचा कल वाढू लागतो आणि कालांतराने तो त्यात निष्णात होतो. अशा वेळी त्याला वाटतं, 'मी किती बुद्धिमान आहे!' पण प्रत्यक्षात पाहिलं तर, तो जे करतोय त्याची त्याला जाणीव तरी आहे का? वास्तविक तो पृथ्वीलक्ष्याकडे किंवा सिद्धान्ताकडेच जणू पाठ फिरवत असतो. एखाद्या वेळी कुणी कामाबाबतीत दिरंगाई वा टाळाटाळ केल्यास आपण समजू शकतो. पण असं जर वारंवार घडू लागलं, तर त्या वेळी मात्र त्याने सावध होऊन आत्मविश्लेषण करायला हवं. तेव्हा त्याच्या लक्षात येईल, 'होय, माझ्या अंतरी ही मानसिकता तयार झालीय.' म्हणून कामं व इतरांची मतं यांना कधीच कमी लेखू नका. मगच आपण विनाविलंब कामं करण्याची सवय आत्मसात कराल. अशा प्रकारे आपण स्वतःवरच प्रयोग केल्यास, आपल्या अंतर्यामी स्वच्छ, सुंदर भावना जागृत होण्यास सुरुवात होते. शिवाय आपल्यात एका नव्या विश्वासाची निर्मिती होते, 'अरे अशा प्रकारची कार्यं माझ्याकडून यशस्वीपणे पार पडू शकतात तर!'

एक विद्यार्थी ऐन परीक्षेच्या वेळी जास्त वेळ बसून त्याचा अभ्यासक्रम पूर्ण करण्यासाठी अथक परिश्रम करतो अन् अखेरच्या क्षणी निश्चय करतो, की 'पुढच्या वर्षी मात्र मी अशी वर्षभर अभ्यासाची टंगळमंगळ न करता सुरुवातीपासूनच अभ्यासाला

सुरुवात करेन. परीक्षेपूर्वीच्या थोड्याशा कालावधीत मी जर माझा पाठ्यक्रम व्यवस्थित पूर्ण करू शकतो, तर आधीपासून का करू शकणार नाही?' पण त्याचं दुसरं वर्ष सुरू होण्यापूर्वी आगामी येणाऱ्या मोठ्या सुटीच्या अवधीत तो हे शिफ्टिंग विसरून जातो. मग पुन्हा पहिले पाढे पंचावन्न! त्याही वर्षी त्याच पद्धतीने तो विद्यार्थी ऐन परीक्षेच्या काळात अभ्यासाला सुरुवात करतो. मग त्याला वाटतं, 'अशा प्रकारे ऐनवेळी अभ्यास करूनही मी माझा अभ्यासक्रम पूर्ण करू शकतो. इतकंच नव्हे, तर मला चांगले मार्क्सही पडतात. मग मी नवीन वर्षाच्या पाठ्यक्रमाचा अभ्यास सुरुवातीपासूनच करण्याची काय गरज?' त्या वेळी त्या भाबड्या विद्यार्थ्याला त्याच्या या स्वभावामुळे कोणतं दुःखं कोसळणार आहे, याची सुतराम कल्पना नसते. त्या वेळी त्याच्यात कुठलंही महत्त्वाचं काम अखेरच्या क्षणी करण्याची मानसिकता विकसित होतेय, याची त्याला मुळीच जाणीव नसते. अशा रीतीने कुठलंही काम वेळीच पूर्ण केल्याने त्या कामांची फलनिष्पत्ती किती अद्भुत आणि सुखद परिणामात रूपांतरित होऊ शकते, याची कल्पनाच करू शकत नाहीत. ऐनवेळेस कामाला प्रारंभ करणारा, परीक्षेपूर्वी अभ्यास करणारा विद्यार्थी, सुरुवातीपासूनच कार्यारंभ केल्याचे सफल परिणाम, समाधान प्राप्त करू शकत नाही.

आपल्या कामात दिरंगाई करणारा कुठलाही कलाकार, वैज्ञानिक किंवा इंजिनिअर, त्याच्याशी निगडित क्षेत्राची खोली कधीच समजू शकत नाही. तो शेवटच्या क्षणी काम करून त्यामध्ये यशस्वी होत असला तरी त्याचं हे सूत्र त्याला जीवनाचं परमलक्ष्य साध्य करण्यात बाधा बनतं. समजा, तुमच्यात अशी सवय असेल, तर प्रथम ऐकून घेण्याची सवय विकसित करा. 'आमच्याबाबतीत तर असं काही झालेलं नाही किंवा होणार नाही,' असं म्हणून नकारघंटा वाजवू नका. असं जर असेल, तर त्यावर आपण अवश्य विचार करा. आपली ही सवय दूर केल्यास आपल्याला पुढचं पाऊल उचलणं सोपं जाईल, कुठलीही गोष्ट आपल्या प्रगतीच्या मार्गात अडसर बनणार नाही. आपल्यातील ही सवय कशी दूर करता येईल, हे आता आपण समजून घेऊ.

टाळण्याला टाळा

'टाळण्याला टाळा' म्हणजे काय, हे समजून घेऊन ती साध्य करण्यासाठी आपण एक समज लक्षात ठेवायला हवी, ती म्हणजे, 'सोनाराची हातोडी, पण तीही आत्ताच.' सोनाराची हातोडी ही खूपच लहान असते, तिचा आघातही हळुवार होत असतो; पण ती बहुउपयोगी असते. अशाच प्रकारे जे काम आपण टाळत असतो, त्याबाबत आपल्याला या ओळीचा अवलंब करायचा आहे. म्हणजेच ते काम टाळायची आपल्याला जरी

इच्छा होत असली, तरी त्या कामाचा काही भाग, मग तो अगदी छोटासा असला तरी आजच पूर्ण करायचा आहे.

कामाची टाळाटाळ करण्याऐवजी ही सवयच टाळायला हवी. नियोजित कार्यातील छोटासा तुकडा का होईना, पण तो आजच पार पाडायला हवा. जसं, त्या कामासाठी लागणाऱ्या वस्तू आणून ठेवणं, हेदेखील एक छोटंसं कामच आहे. अशा प्रकारे आपल्याकडून उचललं गेलेलं एक छोटंसं पाऊलदेखील आपल्यातील आळसावर मात करू शकतं, आपल्याला आपल्या उद्दिष्टपूर्तीकडे अग्रेसर करू शकतं. आजवर ज्या ज्या लोकांनी अशा प्रकारे आळसावर मात करून थोडंसं का होईना, पण आज आणि आत्ताच ते काम केलं, त्यांनाच आपलं कार्य नियोजित वेळेत, यथायोग्यपणे, कौशल्यपूर्वक पार पाडण्याचं रहस्य समजू शकलं. जे लोक सतत आजचं काम उद्यावर ढकलतात, त्यांच्या कामातही सातत्याने टाळाटाळच होत राहते. म्हणूनच असे छोटे छोटे प्रयत्नदेखील उपयुक्त ठरतात.

कोणतंही काम टाळण्याची प्रवृत्ती आपल्यात निर्माणच होऊ नये म्हणून नेहमी आपण स्वतःला सांगायला हवं, 'थोडंसं का होईना (सोनाराची हातोडी), पण आज आणि आत्ताच.' हे वाक्य आपल्यातील आळसावर मात करण्यासाठी खूपच साहाय्यक ठरू शकेल.

ज्याप्रकारे सोनाराच्या हातोडीचे हळुवार झालेले आघात दागिन्यांना आकार देतात, अगदी त्याचप्रकारे आपण उचललेली ही छोटी छोटी पावलं आपल्या जीवनालाही आकार देऊ शकतात.

आपण एक वाक्प्रचार तर ऐकलाच असेल, "A stitch in time, saves nine" (ए स्टिच इन टाइम, सेव्स नाइन) म्हणजेच, वेळेवर घातलेला एक टाकाही पुढचे अनेक टाके वाचवतो. आपल्या अंगावरचा कपडा जर थोडासा फाटला असेल, तर योग्य वेळेतच त्याला टाका घालायला हवा, अन्यथा पुढे तो आणखी फाटत जातो. मग मनुष्य विचार करतो, 'थोडासाच तर फाटला आहे, ठीक आहे, नंतर बघूया' आणि अशा विचारानेच तो त्या फाटलेल्या जागी टाका घालण्याचं टाळत राहतो. पण काही दिवसांनंतर त्याच्या लक्षात येतं, की आता टाका घालण्याची वेळ निघून गेली आहे. आपला कपडा आता खूपच फाटला आहे. म्हणून आता तो दुरुस्तीसाठी एक तर शिंप्याकडे द्यावा लागेल किंवा टाकूनच द्यावा लागेल. आपल्याला जर अशी सवय लागली असेल, तर आत्तापासूनच त्यावर थोडी थोडी मेहनत घेऊन, त्यापासून सुटका

करता येऊ शकेल. पण एकदा जर का ही वृत्ती बळावली, तर मात्र सारं काही अवघडच होऊन बसेल.

मनुष्य स्वतःला नेहमी चुकीच्या सवयी लावतो, मग त्या सोडायचा प्रयत्न करतो, यातच त्याचं सगळं आयुष्य निघून जातं. किमान आपल्याबाबतही असं होऊ नये म्हणून वेळीच सावध व्हा आणि आपल्या मुलांनाही लहानपणापासूनच अशा अयोग्य सवयींपासून दूर ठेवा.

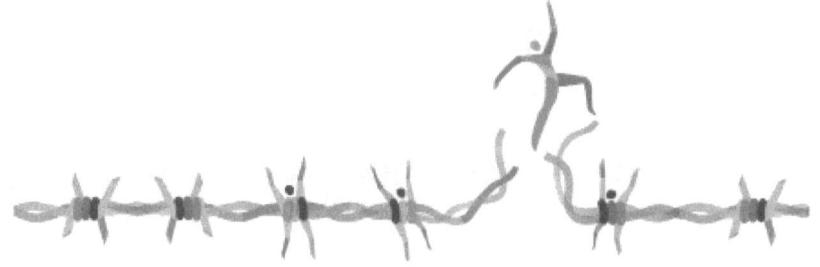

खंड २
आळसातून मुक्त होण्याची १४ पावल

लोकांमध्ये शक्तीची नव्हे, तर इच्छाशक्तीची कमतरता असते.

- व्हिक्टर ह्यूगो

काही आमिषं तर मेहनती लोकांनाही भुरळ पाडतात पण आळसी लोकांवर तर सगळ्याच प्रकारची आमिषं आधिपत्य गाजवत असतात

- स्परजन

मेहनतीने समृद्धीत वाढ होते, आळसाने दारिद्र्य

- तिरुवल्लुवर

अध्याय ७

वस्तुस्थितीकडे दुर्लक्ष करू नका
आळसातून मुक्तीचं पहिलं पाऊल

'तुमच्यात तमोगुण बळावला आहे,' असं जर एखाद्याला सांगितलं, तर तो मनुष्य हे सहजा-सहजी स्वीकारू शकणार नाही. हा अस्वीकार, नकारच त्याच्या मुक्तीत सर्वांत मोठी बाधा ठरेल. म्हणून सर्वांत आधी आपल्यातील तमोगुण, आळसाचा स्वीकार करणं, गरजेचं ठरतं. यासाठी केवळ हा सिद्धांत समजून घेणंच पुरेसं ठरत नाही, तर हा आत्मसात करता यावा म्हणून ही गोष्ट आणखी सखोलपणे समजून घेणं आवश्यक ठरतं.

चला तर मग, सुस्तीतून मुक्ती मिळवण्यासाठी अत्यंत महत्त्वपूर्ण अशी १४ पावलं आता आपण समजून घेऊया. यातील जी पावलं आपल्याला स्वतःसाठी योग्य वाटतील, त्यांचा अवलंब करून, आपण सुस्तीतून मुक्त होण्याच्या दिशेने अग्रेसर होऊ शकता.

प्रथम पाऊल – वस्तुस्थितीचा स्वीकार करा, स्वतःपासून लपवू नका.

सुस्तीतून मुक्तीचं पहिलं पाऊल आहे 'स्वीकार.' सर्वप्रथम आपण शारीरिकदृष्ट्या जसे आहोत तसा स्वतःचा स्वीकार करा. उदाहरणार्थ : उंच-बुटके, काळे-गोरे, जाड-बारीक; आपलं शरीर तमोगुणी, मन रजोगुणी आणि बुद्धी सत्त्वगुणी असेल, तरी आधी त्याचा स्वीकार करा. कारण स्वीकार केल्यानेच आपले दोन्ही हात मोकळे होतात आणि

समाधानपूर्वक कार्य करणं आपल्यासाठी सोपं होतं. कोणत्याही गोष्टीचा अस्वीकार करणे हीच गोष्ट आपल्या मार्गात अडथळा बनून ते कार्य करण्यापासून मागे खेचत असते.

आपण जेव्हा एखाद्या गोष्टीचा अस्वीकार करतो, तेव्हा एकप्रकारे जणू काही आपला एक हातच बांधला जातो. मनमोकळेपणाने समाधानपूर्वक कार्य करू न शकल्याने आपल्यात आळस संचारतो. म्हणून कोणत्याही गोष्टीचा प्रारंभ हा स्वीकारानेच करा.

आपल्या शरीरात काही नकारात्मक, कटू आठवणी जमा झालेल्या असतील, तर त्यांचाही स्वीकार करा. त्यासाठी कोणालाही दोष देऊ नका; ना कोणत्या नातेवाइकाला, ना निसर्गाला, ना ईश्वराला!

जे काही आपल्याला मिळालंय, ते ईश्वराची भेट समजून स्वीकार करा. कारण ते निस्तरण्याची, सुव्यवस्थित करण्याची क्षमता आपल्यात आहे म्हणून ते आपल्याला देण्यात आलं आहे. आपल्याला जे काही शारीरिक त्रास आहेत, आजार आहेत, ते आपल्याला याचसाठी देण्यात आले आहेत. कारण त्यावर मात करण्याची, त्यातून बरे होण्याची शक्ती आपल्याला आधीपासूनच देण्यात आलेली आहे. काही लोक तर आपल्या आजारालादेखील इतरांच्या कल्याणासाठी निमित्त बनवतात आणि अशी काही औषधं शोधून काढतात किंवा बनवतात, जी भविष्यात कित्येकांना दिलासा देत राहतात. म्हणूनच आपले त्रास, अडचणी आणि आजार यांकडे वेगळ्या दृष्टिकोनातून पाहण्याची गरज आहे. परंतु हे तेव्हाच शक्य होऊ शकेल, जेव्हा आपण त्यांचा स्वीकार कराल.

इतकंच नव्हे; तर प्रत्येक शिक्षकाने, प्रत्येक डॉक्टरनेदेखील त्यांच्या शारीरिक आजाराकडे, त्रासाकडे याच समजेने पाहायला हवं. ही स्थिती आपल्याला याचसाठी देण्यात आली आहे का? यावर संशोधन करून, असा काही ठोस निष्कर्ष आपणास काढता यावा, जेणेकरून सर्वांचं कल्याण होऊ शकेल. जेव्हा ते आपल्यातील या व्याधीस निमित्त समजून त्याकडे पाहतील, तेव्हा त्यावर कार्य करणं त्यांच्यासाठी सहज-सुलभ होऊ शकेल, आनंददायक ठरू शकेल. अन्यथा, प्रत्येक अडचणीने मानसिक त्रास तर वाढतच जातो. म्हणून सगळ्यात आधी त्यांच्याकडे पाहण्याचा आपला दृष्टिकोन बदलायला हवा.

एखाद्याला जर सांगितलं, की 'तुमच्यात ईर्ष्या सामावलेली आहे,' तर त्या मनुष्याला ते पटणारच नाही. वरवर भले कोणी, कितीही नकार दिला तरी पण प्रत्येकाने

आपल्या अंतरंगाशी प्रामाणिकपणे संवाद साधायला हवा. 'माझ्यात खरोखरच ईर्ष्या आहे का?' हे स्वतःला विचारायला हवं. समोरच्या व्यक्तीला लगेच नाकारलं तरी स्वतःपासून लपविण्याची काहीही आवश्यकता नाही.

एखाद्याने जर स्वतःपासूनही हे लपवण्याचं ठरवलं आणि तो म्हणू लागला, की 'नाही, माझ्यात कुठे ईर्ष्या आहे? मी कुणाची ईर्ष्या का करावी बरं?' तर अशा स्थितीत त्याचं सारं काही सुरळीत होणं अगदी कठीण आहे. जी व्यक्ती स्वतःपासून काहीही न लपवता वस्तुस्थितीचा ती जशी आहे तसा स्वीकार करते, स्वतःशी प्रामाणिक राहते, तिचंच सुरळीत होण्याची शक्यता असते.

जेव्हा कोणी एखादं कोडं घालून समोरच्याला त्या कोड्याचं योग्य उत्तर देण्यास सांगतं, तेव्हा काही लोक लगेच म्हणतात, 'मला नाही माहीत याचं उत्तर, तूच सांग बरं.' म्हणजे ते आपल्या बुद्धीचा उपयोगच करू इच्छित नाहीत. काही लोकांची मात्र त्या कोड्यावर विचार करण्याची खरोखरच इच्छा असते. असे लोक कोडं घालणाऱ्या मनुष्याला सांगतात, 'थोडंसं थांबा, आधी मला या कोड्याचा थोडासा विचार करू द्या आणि तरीही मला याचं उत्तर सुचलं नाही, तर तुम्ही योग्य ते उत्तर सांगा.'

वरील उदाहरणावरून आपल्या हे लक्षात येऊ शकेल, की आपली बुद्धी कशी आहे. आपल्या बुद्धीत तमोगुण जास्त आहे की रजोगुण, की सत्त्वगुण? सदसद्‌विवेकाचा आपल्या बुद्धीवर किती परिणाम होतो? आपलं मन कसं आहे? कोणकोणत्या बाबतीत कुतर्क करून ते आपल्याला फसवतं? आपल्या मनाचे तर्कवितर्क हे कुतर्क आहेत की सुतर्क, हेदेखील पाहायला हवं. हे कुतर्क खरोखरच आपल्यासाठी साहाय्यक आहेत का, यावरदेखील विचार करायला हवा. आपल्याला जेव्हा स्वतःचंच वास्तव दर्शन घडू लागेल, तेव्हा त्याचा स्वीकार करूनच समस्येवर कार्य करणं शक्य होईल.

काही लोक स्वतःचा बचाव करण्यासाठी कुतर्क मांडत राहतात. अशा प्रकारे ते स्वतःचीच फसवणूक करत असतात. कुतर्काच्या जाळ्यात गुरफटलेले लोक आपल्यातील सुस्तीचा स्वीकारही करू शकत नाहीत आणि त्यातून मुक्तही होऊ इच्छित नाही. आयुष्यभर ते तमोगुणाच्याच अधीन राहतात. म्हणून आपलं मन ज्या ज्या वेळी कुतर्क करू लागेल, तेव्हा त्यावर नक्कीच विचार करा. जेव्हा आपल्या लक्षात येईल, की आपले हे कुतर्क आपली मदत करण्याऐवजी आपल्याला तमोगुणाकडेच ढकलत आहेत, तेव्हा कुतर्काद्वारे स्वतःचीच फसवणूक करणं आपोआपच बंद होईल.

अध्याय ८

प्रत्येक काम पूर्ण करण्याची कला
आळसातून मुक्तीचं दुसरं पाऊल

सुस्तीतून मुक्तीच्या दिशेने जात असताना आपल्याला सुस्तीमागचं खरं कारण काय आहे, हेही लक्षात घ्यायचं आहे. याबाबत मनन होऊ लागताच आपली पावलं योग्य दिशेने उचलली जातात आणि आपण सुस्तीतून मुक्त होऊ शकतो.

काही लोकांमध्ये शारीरिक दुर्बलतेमुळेही सुस्तीचा अंमल होत असतो. उदाहरणार्थ– एखाद्या मनुष्यात क्षार घटकांची कमतरता असेल, तर त्यामुळे निर्माण होणाऱ्या शारीरिक दुर्बलतेने त्याला कोणतंही काम करताना उत्साह वाटत नाही, म्हणून त्याच्यावर सुस्तीचा अंमल जाणवत राहतो.

त्याचप्रमाणे काही लोक द्विधावस्थेमुळे, संभ्रमामुळे आळसावलेले असतात. आपल्या आयुष्यात आपल्याला नेमकं काय करायचं आहे, हेच त्यांच्या लक्षात येत नाही.

ही सर्व कारणं लक्षात घेऊन, 'माझ्यात असलेल्या सुस्तीचं नेमकं कारण काय', यावर आपल्याला प्रामाणिकपणे मनन करावं लागेल.

चला तर, आता आपण दुसऱ्या पावलाकडे वळूया.

काही लोकांना वाटतं, जे काम मला आवडतं, तेच काम मी करणार. यावर असंही सांगता येईल, की जे कार्य आपण करत आहात, त्यात आधी रुची निर्माण करा. सुस्तीतून मुक्ती मिळवण्याचं हे दुसरं पाऊल आहे. आपली अरुची आपल्यामध्ये अडथळे निर्माण करत असते, त्यामुळे कार्य करण्याची ऊर्जा कमकुवत होते, परिणामी आळस बळावतो. म्हणून, आपल्याला जे कार्य करायचं आहे, त्यात आधी आवड निर्माण करायला हवी. समजा, एखाद्या कार्यक्रमाला जाणं अपरिहार्यच असेल, तर तेथे जाताना हसतमुखाने जा, उगाचच रडत-खडत जाऊ नका.

आता या पावलाशी संबंधित 'शून्य सूत्र' समजून घेऊया.

आधी सांगितलं गेलं, 'जे काम आपल्या आवडीचं आहे, त्यातच कार्यरत राहा.'

दुसरं म्हणजे, 'जे काम आपण करत आहात, त्यात आवड निर्माण करा.'

यानंतरचा तिसरा क्रमांक म्हणजे, शून्य सूत्र - **'ना आवडतं, ना नावडतं, के. वाय.के. उत्तुंग.'** इथे 'के.वाय.के' (KYK) याचा अर्थ आहे, करण्यायोग्य कर्म. काही कर्मं अशीही असतात, जी आपल्याला आवडत नसतील आणि काही कर्मं अशीही असतील जी आपल्याला आवडत असतील. हे तिसरं पाऊल आपल्याला आवडती-नावडती यांच्या पलीकडे जाऊन, 'करण्यायोग्य कर्म' करण्यास शिकवतात.

शून्य सूत्र म्हणतं - **'ना आवडीचं, ना नावडीचं, के.वाय.के. म्हणजे उत्तुंग.'** याचा अर्थ, लोक जेव्हा आवडी-निवडीपलीकडे पाहू लागतात, तेव्हा त्यांना योग्य कर्म म्हणजे काय, हे समजू शकतं. मग ते आवड-निवड याकडे फारसं लक्ष न देता, त्यापलीकडे जाऊन त्या कार्याविषयीची जबाबदारी स्वीकारू लागतात.

जेव्हा आपल्यावर कोणतीही विशेष जबाबदारी नसेल, तेव्हा आपण नक्कीच आपल्या आवडीचं कार्य करावं. असंच क्षेत्र निवडावं, ज्याच्यात आपल्याला रुची असेल. सुरुवातीला मनुष्य नेहमी तेच कार्य करू इच्छितो, जे त्याला आवडत असतं.

समजा, एखाद्याला सांगितलं गेलं, 'सकाळी पाच वाजता उठून व्यायाम कर. शरीरस्वास्थ्यासाठी व्यायाम खूपच आवश्यक आहे.' पण ज्या मनुष्याला व्यायामच आवडत नसेल तो म्हणेल, 'नाही रे बाबा! मला काही पाच वाजता उठणं जमणार नाही.' पण जर त्याला सांगितलं, 'सकाळी पाच वाजता उठून तुझ्या आवडीची कादंबरी वाचायला घे' तर मग तो सकाळी लवकर उठायला आनंदाने तयार होईल.

सुरुवातीच्या काळात हे सगळं ठीक आहे, पण जसजसं आपलं वय वाढू लागतं,

आपण पुढे जाऊ लागतो, तसतशी आपली कर्माविषयीची समज वृद्धिंगत होते. मग वाढत्या वयानुसार जबाबदाऱ्याही वाढू लागतात. अशा स्थितीत आपण कोणतंही काम करताना आपली आवड-निवड पाहत नाही, तर 'सद्यःस्थितीत गरजेचं काय आहे?' याचाच आपण अधिक विचार करतो आणि निमूटपणे ते काम करू लागतो. ते काम करण्याची प्रेरणा आपल्याला आपल्या अंतरंगातूनच मिळू लागते. जे लोक बेजबाबदार असतात, ते नेहमी काम टाळतात किंवा त्याची जबाबदारी इतरांवर ढकलून मोकळे होतात. मात्र जे जबाबदारी स्वीकारतात, ते करण्यायोग्य कर्मं करत राहतात.

समजा, कुठेतरी पूर आलाय, काही कामं अडकून पडली आहेत, एखादी वस्तू जमिनीवर पडून तुटली, मुलं ऐकत नाहीत, काही नुकसान झालं, जायचं होतं एकीकडे आणि पोहोचलो भलतीकडेच... अशा स्थितीत स्वतःला एक प्रश्न नक्की विचारा, 'आता, या परिस्थितीत करण्यायोग्य कर्म कोणतं आहे?' खरंतर अशा वेळी आधी शांत राहणं, धैर्य बाळगणं, हेच योग्य कर्म आहे. कारण आपण जेव्हा शांत राहतो, तेव्हाच आपल्याला अंतरंगातून योग्य मार्गदर्शन मिळू लागतं; आणि असेच शांत लोक, धैर्य बाळगून स्वतःला योग्य प्रश्न विचारू शकतात.

मात्र जोपर्यंत ही अवस्था प्राप्त होत नाही, तोपर्यंत लोक आवड-निवडीच्या या खेळात गुंतून राहतात. म्हणून ही अवस्था प्राप्त होईपर्यंत लोकांना तेच काम करू दिलं जातं, जे त्यांना करायला आवडतं, जेणेकरून कार्यास निदान सुरुवात तरी होईल. जेव्हा एखाद्या कार्यास सुरुवात होते, तेव्हा त्याच्याशी नवनवे पैलू जुळतात. आपण जेव्हा एखाद्या कार्यास सुरुवात करू लागतो, नवनव्या गोष्टी पडताळू लागतो, त्यातून काहीतरी बोध घेऊन नवं काही शिकू लागतो, तेव्हा ते नवं कार्य पार पाडण्याची प्रेरणा आपल्यात जागृत होऊ लागते.

त्यासाठी जे कार्य आपण करत आहात, त्यात आवड निर्माण करा. मात्र, असं होण्यासाठी त्या कार्याकडे पाहण्याचा आपला दृष्टिकोन बदला.

सकाळी वर्तमानपत्र टाकणाऱ्यानेसुद्धा आपल्या कार्याकडे अशाच दृष्टिकोतून पाहायला हवं. 'लोकांना चहाबरोबर जर वर्तमानपत्रही वाचायला मिळालं, तर त्यांना समाधान लाभतं, आनंद होतो, जगभरातील माहिती मिळते, बातम्याही समजतात.' हा दृष्टिकोन त्याला त्याच्या कामाचा आनंद मिळवून देईल. पण, त्याने जर असा विचार केला, की 'सकाळी लोकांच्या घरी जाऊन मी रद्दी फेकून येतो आणि लोक तरी बघा... किती मूर्ख... त्या रद्दीचा ते आनंदाने स्वीकार करतात' तर, अशा स्थितीत त्या

मनुष्याला त्याच्या कामाचा आनंद मिळू शकेल का? नक्कीच नाही!

आपणदेखील आपल्या कार्याकडे अशाच एका नव्या दृष्टिकोनातून पाहायला सुरुवात करा, जेणेकरून आपल्याला त्यात रुची निर्माण होईल.

आवड-निवड, चांगलं-वाईट, पाप-पुण्य, मान-अपमान, लाभ-हानी, प्रशंसा अथवा निंदा या सर्वांच्या पलीकडे जा. ज्या वेळी आपल्याला हे साध्य होऊ लागेल, त्या वेळी 'शून्य सूत्र' आपल्या आयुष्यात कार्यरत होऊ होईल.

अध्याय ९

स्वतःला सुयोग्य प्रश्न विचारा
आळसातून मुक्तीचं तिसरं पाऊल

आळशीपणा झटकून टाकण्यासाठी उचलाव्या लागणाऱ्या या पावलाकरिता आपल्याला स्वतःला योग्य प्रश्न विचारण्याची सवय लावावी लागेल. यासाठी नेहमी स्वतःलाच योग्य प्रश्न विचारा. एखादं काम करण्यासाठी आपल्या मनाची तयारी होत नसेल अथवा हाती घेत असलेलं कार्य आपल्याला खूप अवघड वाटत असेल, तर स्वतःला हा प्रश्न विचारा, 'मी योग्य प्रश्न विचारतोय का?' उत्तरादाखल मिळणाऱ्या स्पष्टीकरणाद्वारे आपण स्वतःला समर्पक असे प्रश्नच विचारीत नव्हतो, याची आपल्याला जाणीव होईल.

समजा, आपण एखाद्या विद्यार्थ्याला एखादं काम सांगितलं, 'जा, बाजारातून अमुक एक वस्तू घेऊन ये.' त्या वेळी तो अनेक सबबी सांगतो. तो म्हणेल, 'अहो, माझ्या शाळेची व दुकान उघडण्याची वेळ एकच असते, मग तुम्हीच सांगा, मी ती गोष्ट कशी बरं करू शकतो?' म्हणजेच तो जणू अप्रत्यक्षपणे तुम्हाला हेच सांगतोय, 'मी हे काम करू शकत नाही.' अशा स्थितीत आपल्यालाही वाटेल, 'खरंच, हा म्हणतोय ते अगदी योग्य आहे. जर त्याच्या शाळेची अन् दुकान उघडण्याची वेळ एकच असेल, तर तो बिचारा दुकानात कसा काय जाणार?' साहजिकच शाळा सुरू होण्यापूर्वी मुलाला वेळेवर पोहोचणं आवश्यक आहे. अन्यथा त्याला शिक्षा होऊ शकते. अशा वेळी

कुणीही व्यक्ती त्याला आधी शाळेत जाण्याचाच सल्ला देईल.

मात्र जर त्या विद्यार्थ्याने स्वतःलाच योग्य प्रश्न विचारला असता, 'जरी, माझ्या शाळेत जाण्याची व दुकान उघडण्याची वेळ एकच असली, तरीही मी हे काम करू शकतो का?' तेव्हा त्याला अनेक पर्याय दिसू लागतात. सर्वप्रथम त्याला असे उत्तर मिळेल, शाळा सुटल्यानंतर ते दुकान उघडं असेल का? कुठल्या दिवशी या दुकानाची वेळ वेगळी असू शकते, जेणेकरून मी तेथे जाऊ शकेन? शाळेत जाण्याच्या मार्गावर तशाच प्रकारच्या वस्तूंचं दुसरं एखादं दुकान आहे का? असे योग्य प्रश्न विचारल्याने आपल्यासमोर अनेक पर्याय उलगडत आणि समस्या सुटण्यास त्यांचा उपयोग होऊ शकतो.

अनेक जणांना जेव्हा कुठलंही नवीन काम दिलं जातं, तेव्हा ते काम पूर्ण न होण्याची कारणं वा सबबी पुढे करतात. समजा एखाद्याला सांगितलं, 'या विशिष्ट पुस्तकाचं मुखपृष्ठ यापेक्षा प्रभावी व अधिक रचनात्मक होऊ शकेल का?' त्यावर तो विचार न करता त्वरित उत्तर देतो, 'नाही हो, ते फार अवघड आहे, असं होऊच शकणार नाही.' आता त्याच्या बोलण्याच्या पद्धतीवरून तुम्ही समजू शकाल, की तो किती नवशिक्या आहे. प्रत्यक्षात स्वतःला जरी तो एखादा निष्णात कलाकार (एक्स्पर्ट आर्टिस्ट) समजत असला, तरी तो तसा खचितच नसतो. कारण, जे लोक त्यांच्या कार्यांमध्ये निपुण असतात, ते कधीही 'ही गोष्ट होऊ शकणार नाही,' असं म्हणत नाहीत, नव्हे तसा विचारसुद्धा त्यांच्या मनात डोकावणार नाही. ते विचार करतील, 'या प्रकारचं काम वेगवेगळ्या दहा पद्धतींनी होऊ शकतं, मला केवळ त्यातला एकच पर्याय शोधायचा आहे.' पर्यायाने ते केवळ एकाच पद्धतीवर अवलंबून राहत नाहीत, तर त्या वेगवेगळ्या दहाही पद्धतींवर विचार करतात. गरज आहे फक्त स्वतःला योग्य असे प्रश्न विचारण्याची, सवय लावण्याची.

ज्या वेळी आपल्या मनाला वाटेल, 'हे अमुक एक काम माझ्याकडून होणार नाही, कारण ते अशक्य कोटीतील आहे,' त्या वेळी त्वरित अशक्य शब्दाला झटकून 'शक्य' किंवा 'संभव' या शब्दांना आपल्या विचारप्रवाहात स्थान द्या. अन्यथा, आजवर अशक्य या शब्दाला इतकं महत्त्व दिलं गेलंय, की नेहमीपेक्षा थोडं जरी वेगळं काम समोर आलं, तरी मनात लगेच विचारांचं काहूर माजतं, 'छे, हे काम माझ्याकडून होऊ शकणार नाही... हे अशक्यप्राय आहे.' मात्र याच्याशी संबंधित वस्तुस्थिती जाणून घ्यायचा प्रयत्न केला, तर आपल्या लक्षात येईल, की जगात अशाच विलक्षण कार्यांची

वेळोवेळी प्रशंसा झाली आहे. महान लोकांनी थोड्या वेगळ्या प्रकारे त्यावर विचार केला आणि ते कार्य पार पाडलं.

आजच्या तरुणवर्गास याविषयी योग्य मार्गदर्शनाची नितांत गरज आहे. त्याचबरोबर त्यांना या विषयावर मनन, चिंतन करावं लागेल. कारण दुसऱ्या कुणी जर त्यांना हे सांगण्याचा प्रयत्न केला, तर त्यांच्या मनामध्ये एक प्रकारची अवरोधाची, विद्रोहाची भावना निर्माण होते. ज्या वेळी युवकांच्या अंतरंगातून उत्तर मिळेल, त्या वेळी त्यांच्या मनाची संकुचित भावना नाहीशी होईल.

या जगामध्ये जी अनेक आश्चर्य, अद्‌भुत निर्माणकार्य संपन्न झालेली आहेत, आविष्कार घडले आहेत, त्या समस्त कार्यांमागे एकच शब्द आहे आणि तो म्हणजे 'होय, हे शक्य आहे.' काहींनी भव्य अशा पुलांची निर्मिती केली. ज्या वेळी त्यांनी हे करण्याची योजना सुरू केली, त्या वेळी मार्गातल्या मोठमोठ्या पहाडांकडे पाहून काहींनी मतं मांडली, 'या पहाडी टापूमुळे येथे पूल बांधणं अशक्य आहे.' तर काही म्हणाले, 'हे शक्य आहे.' अशा त्यांच्या प्रेरणादायी शब्दांमुळे काम सुरू होऊन पूर्णत्वास गेलं. म्हणूनच जगात अचंबित करणाऱ्या ऐतिहासिक वास्तूंची निर्मिती होऊ शकली. अशी ही शिल्पं, वास्तू आज मोठ्या दिमाखात इतिहासाच्या संपन्नकाळाची साक्ष म्हणून मोठ्या डौलाने उभ्या आहेत. मात्र त्याकरिता काहींचा दृढनिश्चय कारणीभूत ठरला. त्यांच्यामध्ये जागृत झालेला आत्मविश्वास केवळ सहजपणे निर्माण झालेला नव्हता, तर त्यासाठी त्यांनी अविरत कष्ट घेतले होते. तात्पर्य, ज्या गोष्टींची लोकांनी असंभाव्य म्हणून गणना केली, अशक्यप्राय असे दाखले दिले, त्या निरंतर अभ्यास व ध्यासातून साकार होऊ शकल्या. सतत सराव करता करता लोकांसमोर जेव्हा अचानक असे क्षण उभे ठाकतात, तेव्हा त्यांच्या तोंडून 'ओहो! हे खरंच शक्य आहे,' असे आश्चर्योद्‌गार बाहेर पडतात. किंबहुना अशाच लोकांकडून अशी महत्तम कार्यं पार पडू शकतात. अखिल विश्व अशा लोकांची कृतज्ञतेने आठवण काढतं.

म्हणूनच आता आपल्याला स्वतःमध्ये योग्य प्रश्न विचारण्याची सवय विकसित करावी लागेल. या टप्प्यावर सुस्तीतून मुक्ती मिळवण्यासाठी स्वतःला सुयोग्य असे प्रश्न विचारणं, हे महत्त्वपूर्ण पाऊल आहे.

सुयोग्य प्रश्न विचारण्याची पद्धत आपलं संपूर्ण आयुष्य परिवर्तित करू शकते. आपलं मन आपल्याला जे काही सांगतं, तेच बहुधा आपण खरं मानत असतो. मन म्हणतं, 'जगात खूप दुःख आहे, खूप अडचणी आहेत.' मग लगेच आपण दुःखी

होतो, त्रस्त होतो. अशा वेळी थोडंसं थांबून स्वतःला विचारा, 'ही वस्तुस्थिती आहे का, खरोखरच अशी स्थिती आहे का?' अशा प्रकारे आपल्या मनावर अंधविश्वास न ठेवता, स्वतःला सुयोग्य प्रश्न विचारून, आपल्यातील सुस्तीला दूर पळवून लावा.

एखाद्या कामाविषयी कंटाळा येईल, तेव्हा स्वतःला योग्य प्रश्न विचारा, 'मला कामाचा कंटाळा का येत आहे? हेच काम करण्यासाठी मला कोणी एक लाख दिले, तर मी हे काम केलं असतं का? जर कोणी हे काम करण्यासाठी माझ्यासमोर बंदूक रोखून मला ते करायला सांगितलं असतं, तर मी ते केलं असतं का?' मग स्वतःला पुन्हा प्रश्न विचारा, 'अशा स्थितीत जर मी ते काम नक्की केलं असतं, तर मग आताच का करू शकत नाही? माझ्या मनाने एकदा का ते करायचं ठरवलं, तर मी ते नक्कीच पार पाडू शकतो.' अशा प्रकारे स्वतःला योग्य प्रश्न विचारताच, आपल्यामध्ये ते काम करण्याची इच्छा जागृत होऊ लागेल.

आधी तर आपल्यात ते काम करण्याची इच्छाच होत नव्हती, कारण आपल्याला योग्य प्रश्न विचारण्याची सवय नव्हती. म्हणून मनात जे काही विचार येत होते, त्यांनाच आपण खरं मानून बसत होतो. आता एकदा स्वतःलाच विचारून पाहा, 'अशी अवस्था असलेला मी या जगातील पहिलाच मनुष्य आहे का?' आपल्याला हे ऐकून आश्चर्य वाटणार नाही, की या जगातील ९० टक्के लोकांबाबत बहुधा असंच घडत असतं. एखाद्या दिवशी जरी त्यांचं कामात मन लागत नसलं, तरीसुद्धा ते काम करतच राहतात. इथे 'तरीसुद्धा' हा शब्द आपण लक्षात घ्यायचा आहे. स्वतःला प्रश्न विचारायचा आहे, 'आज काम करण्याची इच्छाच होत नाहीय, परंतु तरीसुद्धा मी हे काम करू शकतो का?' 'होय' असंच उत्तर येईल. स्वतःला योग्य प्रश्न विचारताच आपल्यामध्ये ऊर्जेचा संचार होतो आणि क्रिया सुरू होते. मात्र जे लोक स्वतःला अयोग्य प्रश्न विचारतात, त्यांच्यात सुस्तीचा अंमल जाणवत राहतो.

अध्याय १०

सुस्त मनाचं ऐकू नका
आळसातून मुक्तीचं चौथं पाऊल

आता या पावलावर आपणास आपल्या मनाची फुशारक्या मारण्याची सवय तोडावी लागेल. सुस्त मनोवृत्तीच्या मनुष्याचं मन खूपच फुशारक्या मारत असतं आणि याची त्याला कधी जाणीवही होत नाही.

आता आपण या महत्त्वाच्या पैलूवर अधिक प्रकाशझोत टाकूया. काही रंजक उदाहरणांद्वारे ही गोष्ट आपल्याला स्पष्ट होईल. समजा, एक व्यक्ती तिच्या ऑफिसमधून घरी परतते. घरी आल्यानंतर पत्नी काही वस्तू आणायला सांगते. 'खरंतर या वस्तू तुम्ही ऑफिसला जाण्यापूर्वीच आणा, असं मी तुम्हाला सांगायला हवं होतं. पण चुकून ते सांगायचं राहिलं. आता या वस्तू अगदी आवश्यक असल्याने तुम्ही बाजारातून त्या आणता का?' खरंतर, त्या व्यक्तीने ऑफिसमधून घरी परतताना स्वतःच्या मनाने आधीच काही चीजवस्तू आणलेल्याही असतात, तरीही त्याला पुन्हा बाजारात जाण्यासाठी सांगितलं जातं. अशाने ती रागावणे स्वाभाविक असतं. ती रागावून म्हणते, 'अरे, हा काय प्रकार आहे! मी नुकताच कुठे ऑफिसातून थकून घरी येतोय आणि तुला माहितीय, या वेळी बाजारात किती गर्दी असते! तरीही मी सगळं घेऊन आलोय. आता जर लगेच पुन्हा बाजारात जायला सांगत असशील, तर ते माझ्याने होणार नाही.'

जेव्हा कोणी म्हणतं, की 'हे माझ्याने होणार नाही,' तेव्हा ते वाक्य आपल्याला ऐकायला, वाचायला कसं वाटेल? सर्वप्रथम, 'यात काय नवल, ही तर नेहमीचीच बाब आहे, असं आपल्याला वाटेल. खरोखरच जर एखादा मनुष्य दिवसभराच्या कामाने थकूनभागून घरी आला असेल, तर पुन्हा बाजारात जाणं त्याला कसं शक्य होईल बरं?'

पण यालाच फुशारक्या मारणं असं म्हणतात. 'हे माझ्याने होणार नाही,' असं वाक्य उच्चारण्याआधी प्रत्येकाने प्रामाणिकपणे स्वतःला विचारायला हवं, 'जर हे माझ्याने होणार नाही, तर अशा नक्की कोणकोणत्या गोष्टी आहेत, ज्या होऊ शकतील? मला माझ्यातील सर्व शक्तींची जाणीव झाली आहे का?'

वरील उदाहरणात समोरची व्यक्ती, 'हे माझ्याने होणार नाही, माझ्या आवाक्यात नाही, मला जमणार नाही,' असं म्हणतेय, जणूकाही तिला हनुमानउडी मारून समुद्र पार करायला सांगितलं जातंय. त्या मनुष्याने स्वतःविषयी फुशारक्या मारत 'बाजारात जाणं आता माझ्याने शक्य होणार नाही,' असं विधान केलंय, ती गोष्ट त्याची संकुचित विचारसरणी दर्शवणारी आहे. अशा प्रकारे वारंवार केल्या जाणाऱ्या विधानांचा मनुष्याच्या मन-बुद्धीवर सखोल परिणाम होत असतो.

मनुष्य जसा विचार करतो, तसंच तो बोलतो आणि जे बोलतो, त्यालाच सत्य समजू लागतो, ही खरंतर मानवी जीवनातील अत्यंत त्रासदायक बाब आहे. म्हणूनच मनुष्याने स्वतःविषयी प्रामाणिकपणे विचार करायला हवा, तेव्हाच त्याच्यासमोर नवनवे पर्याय खुले होतील. कोणत्याही गोष्टीस लगेच नकार देण्यापूर्वी त्याने आधी एकवेळ विचार करायला हवा, 'खरंच बाजारात जाणं अशक्य आहे का? की ते माझ्या आवाक्याबाहेरचं आहे असं सांगून स्वतःविषयी फुशारक्या मारतो आहोत आणि तेच वास्तव समजतोय!'

मनुष्याच्या वाढत्या दुःखांमागे जी अनेक कारणं आहेत, त्यांपैकी एक आहे, विनाकारण फुशारक्या मारणं. जरा विचार करून पाहा, कित्येकदा घटना खूप साध्या-सरळ असतात. उदाहरणार्थ, एखाद्याने हाती घेतलेल्या वस्तूचा वापर झाल्यानंतर पुन्हा ती जागेवर ठेवली नाही. ही तशी अगदी किरकोळ बाब आहे. पण यावर समोरचा मनुष्य म्हणतो, 'त्याने माझी शुद्ध फसवणूक केली.' आणि तो इतकंच बोलून थांबत नाही, तर त्याही पुढे जाऊन आणखी बरंच काही बोलतो. जसं, 'त्याने माझ्याशी प्रतारणा केली, मला फसवलं... माझ्या पाठीत खंजीर खुपसला... तो खूपच स्वार्थी आहे, बेईमान आहे, अजागळ आहे...' वगैरे.

आपल्याला या सुस्तीतून बचाव करण्याची इच्छा असेल, तर मनाची ही निरर्थक बडबड न ऐकणंच ठरेल. तसं न केल्यास आपण कोळी या कीटकाप्रमाणे स्वतःच विणलेल्या जाळ्यात अडकाल. म्हणून अशी दक्षता बाळगणं आवश्यक आहे. आपल्या तोंडून असे काही शब्द निघण्यापूर्वीच स्वतःला प्रामाणिकपणे विचारा, 'खरंच हे अशक्य आहे का?' हो, पण एक लक्षात असू द्या, वरील उदाहरणातील व्यक्तीने व्यक्त केलेली गोष्ट अलाहिदा, पण त्यातून असा अर्थ मात्र काढता कामा नये, की त्याने त्या वेळी बाजारात जायलाच हवं होतं. तो मनुष्य बाजारात गेला अथवा नाही, याच्याशी आपल्याला काही कर्तव्य नाही. ते जाणून घेण्याचा येथे आपला उद्देशही नाही, तर या गोष्टीमागे दडलेला आशय वा त्याचं तात्पर्य जाणून घेणं हे महत्त्वाचं आहे. परंतु आजवर याकडे फारसं लक्ष देण्यात आलं नाही. मानवी मनाच्या या अवाजवी व अतिरंजित बोलण्याच्या सवयीमुळेच आज जगभरात कितीतरी गोष्टींचा आविष्कार होऊ शकला नाही. म्हणूनच या सवयीला लगाम घालणं अत्यंत आवश्यक आहे. जेव्हा मनुष्य स्वतःच ठरवून टाकतो, की 'हे अशक्य आहे, मला जमणार नाही,' तेव्हा पुढे निर्माण होऊ शकणाऱ्या कितीतरी सकारात्मक शक्यतांसाठी दरवाजे बंद करून त्यांना नाकारत असतो. म्हणून अशा स्थितीत आपण हे लक्षात ठेवायचं आहे, की आपण शक्यतांसाठी दरवाजे बंद करायचे नाहीत, तर ते सताड उघडे ठेवणं गरजेचं आहे. प्रत्येक मनुष्यामध्ये असंख्य शक्ती सामावलेल्या असतात, त्यामुळे तो खूप काही साध्य करू शकतो; परंतु त्याने कधी आपल्यातील या शक्तींना पडताळूनच पाहिलेलं नसतं. बस्स! केवळ हीच चूक प्रत्येकाकडून होत असते. आपल्यामध्ये कोणकोणत्या शक्ती सामावलेल्या आहेत आणि आपण काय साध्य करू शकतो, याचा जेव्हा मनुष्य शोध घेऊ लागेल, तेव्हा त्याच्या लक्षात येईल, 'अरे! हे तर सहज शक्य होतं... आणि हेदेखील शक्य होतं.' अशा अनेक शक्यतांविषयी मनुष्याला प्रामाणिकपणे विचार करता यावा म्हणून आधी त्याने चुकीच्या सवयींपासून स्वतःची सुटका करून घेणं अत्यावश्यक आहे.

'हे काही माझ्या आवाक्यातील काम नाही,' असे जेव्हा स्वतःला एखाद्या घटनेविषयी डळमळीत करणारे विचार येऊ लागतील, तेव्हा आपणदेखील अशा विचारांची पडताळणी करून त्यावर कार्य करायला हवं.

स्वतःला स्वयंसूचना द्या

मन जेव्हा त्याची घोषणा करेल, तेव्हा आपण आपली घोषणा करायची आहे. यामुळे आपण आपल्या मनाचं ऐकण्याऐवजी आपलं स्वतःचं म्हणणं ऐकू शकाल.

आपली घोषणा आपण स्वतःला स्वयंसूचना देऊनही करू शकता.

आपण जेव्हा स्वतःला अवाजवी शब्दांत तिखटमीठ लावून सांगतो, 'अमुक एक कार्य करणं अशक्य आहे,' तेव्हा हे नकारात्मक विचारच आपल्या मार्गातील बाधा बनतात आणि आपल्यात तमोगुण वाढवतात. म्हणून आता अशा विचारांत बदल करून, स्वतःला नव्याने स्वयंसूचना द्या, 'सारं काही शक्य आहे. अमुक एक कार्य मला अगदी पूर्णपणे जरी जमलं नाही, तरी यातील काही भाग तरी मी नक्कीच पूर्ण करू शकतो आणि त्यातही आनंदीत राहू शकतो.' अशा प्रकारे आपण कित्येक स्वयंसूचनांची मदत घेऊ शकता. स्वयंसूचना कशा प्रकारे द्यायच्या, हे आता आपण समजून घेऊया.

आपण जे काही सांगत असता, ते शरीर ऐकत असतं. म्हणून आजपासूनच स्वतःला उत्तमोत्तम स्वयंसूचना देण्यास प्रारंभ करा. उदाहरणार्थ-

'मी सर्वकाही करू शकतो.'

'मी स्वस्थ आहे.'

'मी चैतन्य आहे.'

'मी साहसी आहे.'

'मी प्रत्येक काम वेळच्यावेळी पार पाडू शकतो.'

'माझं आयुष्य उत्साहाने सळसळतं आहे.'

'मी सशक्त आणि चपळ आहे.'

'माझं मन आणि शरीर दिवसेंदिवस अधिकाधिक कणखर होत आहे.'

'सर्व दिशांनी ईश्वराची शाश्वत शक्ती मला मार्गदर्शन करत आहे.' इत्यादी.

अशा स्वयंसूचनांच्या आधारे आपल्याला आपलं चारित्र्य अधिक दृढ करण्याची शक्ती प्राप्त होईल. आपल्या व्यक्तिमत्त्वाचा विकास होऊन सफलता मिळेल. थोडक्यात, या माध्यमातून आपल्या जीवनाचा कायापालट होईल. ज्या वेळी आपण स्वयंसूचना द्याल, त्या वेळी पुढील गोष्टींचं अनुसरण अवश्य करा :

आपलं शरीर सैल सोडा, आवश्यकतेनुसार व सहज बैठक मारून अथवा झोपून मग स्वतःला या स्वयंसूचना द्या. स्वयंसूचना संपूर्ण आस्थेने आणि समजेसह द्या. शक्य असेल तर आपल्या आवाजामध्ये या स्वयंसूचना ध्वनिमुद्रित (टेप/मोबाईल-रेकॉर्डिंग)

करून त्या ऐका. स्वयंसूचना देताना त्या प्रेमपूर्वक आणि योग्य भावनांसह हळूहळू द्या.

स्वयंसूचना देण्यापूर्वी आणि दिल्यानंतरही स्वतःला सांगा, 'ज्या सूचना मी स्वतःच्या मनाला या वेळी देतोय, त्याचा माझ्या शरीर, मन आणि सभोवतालच्या वातावरणावर सकारात्मक परिणाम होईल आणि मला त्वरित लाभ मिळेल.'

सूर आणि ताल एकत्र करून संगीताच्या लयबद्ध पार्श्वभूमीवर दिल्या जाणाऱ्या सूचनांचे अधिक प्रभावी परिणाम होतात. म्हणूनच दिवसभरात आपल्या मनात जे काही चांगले विचार येतात, त्यांना प्रभावी असं स्वयंसूचनेचं रूप देऊन त्या गुणगुणा.

आळसावर विजय मिळविण्यासाठी एक स्वयंसूचना देण्याचा सल्ला नेहमी दिला जातो. तो असा, 'मी नेहमी सक्रिय, ऊर्जेने ओतप्रोत आणि उत्साही असतो.' आपण जर काम वेळच्यावेळी पूर्ण करण्यासाठी कटिबद्ध व्हायचं निश्चित केलं असेल, तर 'मी स्वयंपूर्ण आहे आणि सर्व प्रकारची कामं यशस्वीरीत्या पूर्ण करतो,' अशी सूचना देणं अधिक प्रभावी ठरेल.

अशा प्रकारे अशक्य भासणाऱ्या कार्यांबाबतचा आपला दृष्टिकोन बदला आणि स्वतःला एक नवा विचार द्या. परिणामी आपल्याला हे जाणवू लागेल, की आता आपली प्रतिक्रिया नकारात्मकतेकडून सकारात्मकतेमध्ये परिवर्तित होत आहे. शिवाय आपल्या मनाची फुशारक्या मारण्याची आणि अतिरंजितपणे बोलण्याची सवय सुटली आहे.

अध्याय ११

कठीण आणि कंटाळवाणी काम का आणि कशी करावीत

आळसातून मुक्तीचं पाचवं पाऊल

एखाद्या सुस्त, आळशी मनुष्याची दिनचर्या पाहिल्यास आपल्या लक्षात येईल, असा मनुष्य घरातील अस्ताव्यस्त, अव्यवस्थित पडलेल्या गोष्टींकडे पाहून विचार करतो, 'अरे! हे तर अजून व्हायचं बाकी आहे... तेदेखील करायचं शिल्लक आहे... अमुक गोष्टी आणायच्या राहिल्या आहेत... निरुपयोगी गोष्टी फेकायच्या आहेत...' मग तो आपल्या बहाण्यांच्या पोतडीतून एखादं असं कारण शोधून काढतो, ज्याद्वारे स्वतःच्या कृत्यांचं समर्थनही करतो आणि त्यातच समाधान मानून घेतो. मग तो पुन्हा आपल्या दैनंदिन कामकाजाकडे वळतो. अशा प्रकारे त्याचं संपूर्ण आयुष्य व्यतीत होत राहतं.

आपल्याला जर अशा प्रकारे जगायचं नसेल, तर मनन करावं लागेल, शोध घ्यावा लागेल. आपल्या शरीरात बळावलेला आळस दूर करण्यासाठी काही ठोस पावलं उचलावी लागतील. जे लोक या सवयीतून मुक्त झाले आहेत, ते आपला अनुभव अशा प्रकारे व्यक्त करतात, 'आधी आम्हीसुद्धा अशाच प्रकारे सुस्तावल्यामुळे, तर कधी केवळ कंटाळा आलाय म्हणून आपली कामं टाळत होतं. मग या विषयासंबंधीचं मार्गदर्शन मिळाल्यानंतर, त्यावर कार्य करण्यास प्रारंभ केला आणि आमच्या जीवनशैलीत खूपच सुधारणा झाली. आता रात्री झोपण्याआधी आम्ही स्वतःला प्रश्न

विचारतो, 'असं आणखी एखादं कोणतं काम शिल्लक आहे, जे मी झोपण्याच्या आधी पार पाडू शकतो?' उत्तर मिळेल, 'झोप लागण्याच्या आधी आणखी एखादं छोटंसं काम तर नक्कीच करू शकतो. मग ते कार्य त्याचवेळी पार पाडलं जातं. अशा प्रकारे जे काम उद्यावर ढकलण्याचा विचार होता, ते काम आम्ही त्याचक्षणी पार पाडतो आणि त्यानंतरच झोपी जातो.'

सुस्तीतून मुक्ती मिळवण्याची ही युक्ती म्हणजे, कोणत्याही कामात टाळाटाळ करण्याच्या, कामं उद्यावर ढकलण्याच्या सवयीवर केलेला वज्राघातच होय. यातून प्रेरणा घेऊन आपण या तमोगुणातून मुक्त होऊ शकता परंतु ही सवय आपल्यात ठाण मांडून बसलेली असल्याने तिला कमकुवत करण्यासाठी, या सवयीवर सातत्याने प्रहार करत राहावं लागेल. असं करत राहिल्यानेच एके दिवशी आपल्याला जाणवेल, की आपल्या शरीरात असलेल्या आळसाचा, सुस्तीचा आता अंत झाला आहे. मग जितका तमोगुण आपल्यासाठी आवश्यक असेल, तितकाच शिल्लक राहील. त्याचा आपण कोणत्याही आसक्तीशिवाय योग्य सदुपयोग करू शकाल. अशा प्रकारे आपल्या आयुष्याची गाडी आनंदाच्या मार्गावरून प्रवास करू लागेल.

कोणतंही काम योग्यप्रकारे करता येण्यासाठी त्याच्याविषयी किमान काही सामान्य ज्ञान (कॉमन सेन्स) असणं आवश्यक असतं. 'उद्या करायचं ते आजच करा' असं म्हणाल, तर याचा शाब्दिक अर्थ होतो, उद्याचं काम आपण आजच संपवायचं आहे. पण काम पार पाडण्यासाठी आज आपल्याकडे ते काम योग्य प्रकारे कसं करावं, याची पुरेशी माहिती उपलब्ध नसेल, तर ती मिळेपर्यंत आपल्याला ते काम थांबवावंच लागेल. खरंतर अशा स्थितीत तोच निर्णय योग्य असेल. यालाच म्हणतात, सामान्य ज्ञान.

जसं, एखादं संगीतवाद्य आपल्याला उद्या ऐकायचं असेल, तर आजच त्याचं बटन आपण दाबून ठेवणार नाही. ज्या वेळी त्याचा आनंद घ्यायचाय, तेव्हाच ते वाजवणार. त्याचप्रमाणे कुठलं कार्य महत्त्वपूर्ण आहे, ते कधी करायचं आहे, हे जर समजलं, तर त्या कार्यात उत्साहही वाटेल आणि आनंदही येईल. मग ते कितीही कंटाळवाणं, बोरिंग काम असलं तरी! आपल्याकडून ते काम सहजपणे पार पडेल. मात्र प्रत्येक वेळी हे शक्यच होईल, असं नव्हे. आपल्या शरीराकडून कुठलंही काम सहजपणे व्हायलाच हवं. कारण अशी कित्येक कामं असतात, जी आपल्याला आवडत नाहीत. म्हणून ते नावडतं काम मनुष्य टाळत राहतो आणि आवडती कामं चुटकीसुरशी पार पाडतो. ती

करताना उत्साहही वाटतो परंतु न आवडणारी कार्य करताना आळस, सुस्ती येऊ लागते. मग ते टाळण्याकडेच कल राहतो, विलंब करतो. मात्र हे लोकांच्या लक्षात येत नाही पण आता नावडती कामं कशी करायची? याची सवय आपण लावायला हवी.

जसं, एखाद्याला स्टेजवर बोलायला खूप आवडतं, पण हॉलमध्ये सतरंजी टाकणे, खुर्च्या रांगेत लावणे, बोर्डवर लिहिणे, लोकांच्या नावांची यादी बनवणे, अशी किरकोळ कामं करायला आवडत नाही, जी आवश्यक असतात. तेव्हा मनुष्य विचार करतो, 'ही कामं मी करू शकणार नाही.' याचाच अर्थ, अद्याप तो पूर्णपणे तयार नाही, ते काम करण्याची क्षमता त्याच्यात नाही. म्हणून आपल्या शरीराला असं प्रशिक्षण द्यायला हवं, की नावडती कामंही त्याने कुठल्याही सबबीशिवाय पूर्ण करावी. जर असं होत असेल, तर आपण ध्येयपूर्तीच्या दिशेने योग्य प्रकारे अग्रेसर होत आहात. अन्यथा एक चुकीची वृत्तीदेखील बाधा बनू शकते.

नावडती कामं करायची संधी मिळते तेव्हा स्वतःला स्मरण द्या, 'माझ्या मनाला प्रशिक्षण मिळत आहे तेव्हा ही सुवर्णसंधी मी सोडणार नाही.' आणि जरी ते काम तुम्ही टाळलं तरी अपराधबोध करण्याची आवश्यकता नाही. उलट त्याचा सामना करायला हवा. त्यावर विचार करा, की हे काम मी कसं करू शकेन? अशी सवय लागल्यानंतर लक्षात येईल, 'मी समजत होतो तेवढं हे काम नक्कीच कंटाळवाणं नव्हतं. उलट यात आवड कशी निर्माण होईल?' याचं आकलन होईल. कुठलंही कार्य करून बघितल्याशिवाय ही समज प्राप्त होत नाही. त्यानंतरच त्या कार्याचे एक-एक पैलू आपल्यासमोर उलगडतात. मग मनुष्याला वाटतं, 'उगाचच या कार्याला मी इतकं कठीण समजून बसलो.'

मनुष्याच्या जीवनात कित्येकदा अशा काही घटना घडतात, जेव्हा काही कारणवश त्या कराव्याच लागतात. तेव्हाच कंटाळवाणं काम करण्याची सवय उपयुक्त कशी ठरली याचं आकलन होतं. परिणामी नावडती कामं सहजतया होतात, याचीही जाणीव होते.

निसर्ग प्रत्येक मनुष्याला अशी संधी देतच राहतो. मग तो म्हणतो, 'चांगलं झालं, मी नावडती कामं केली, अन्यथा मी या कामात कौशल्य प्राप्त केलंच नसतं.'

कंटाळवाणी कामं कशी करावी?

अशी कामं करायचे काही नियम आहेत. 'कंटाळवाणं काम आधी करावं आणि

नंतरच आवडणारी' हा आयुष्याचा नियमच बनवून टाका. कारण आवडती कामं करताना जास्त विचार करावा लागत नाही.

एका मनुष्याकडे दोन कामं असतात. एक बाजारातून घरासाठी सामान आणायचे आहे आणि दुसरं व्हॉटस्‌ॲपवर काही व्हिडीओ पाहायचे आहेत. ज्याला बाजारात जाण्याचा कंटाळा आहे तो विचार करेल, 'आधी मी व्हिडीओ पाहून घेतो आणि मग बाजारात जातो.' आणि तो व्हिडीओ पाहत बसतो. मग त्यातच त्याचा वेळ वाया जातो आणि बाजारात जाण्याचा कंटाळा येतो. खरंतर त्या वेळी तो असा निश्चय करू शकतो, 'आधी बाजारात जाऊन येतो आणि मगच व्हिडीओ बघतो.' कारण ते काम मी रात्रीदेखील करू शकतो, व्हिडिओ आपण बघणारच होतो.

तसंच, बाजारात जाणं हे प्रत्येकालाच कंटाळवाणं वाटतं, असंही नाही. काही लोकांना ते आवडतंही. पण आपल्याला कोणत्या कामात रुचि वाटते आणि कोणतं काम कंटाळवाणं वाटतं, हे प्रथम बघा आणि ते करून टाका. कोणत्या कामापासून आपण पलायन करतो? याचंही अवलोकन करा आणि सर्वप्रथम तेच करून टाका. असं केल्याने आपल्या आयुष्यात कंटाळवाणी कामांची यादी कमी-कमी होत जाईल आणि प्रत्येक कार्य आनंददायी सिद्ध होईल.

अध्याय १२

सुस्तीने होणाऱ्या परिणामांचं अवलोकन

आळसातून मुक्तीचं सहावं पाऊल

विश्वात आळशीपणामुळे आजतागायत झालेल्या नुकसानाविषयी जर आपल्याला विचार करायला सांगितलं, तर आपल्यासमोर अनेक विलक्षण गोष्टी उलगडतील. अथवा असंही घडेल, की काही जण यावर विचार करण्याचंही टाळतील. त्यानंतर आपल्याला जर असं सांगितलं गेलं, जगाच्या नुकसानीचं थोडं बाजूला ठेवा. या आळसानं आपल्या आयुष्यात कायकाय नुकसान केलंय, याचं अवलोकन केलं तर या विषयाकडे थोडं अधिक गांभीर्यानं पाहण्याची शक्यता वाढेल. आता आपण मनोरंजक कथेकडे वळूया, जी या प्रकारच्या मनोवृत्तीवर प्रकाशझोत टाकेल :

> एका जंगलात एक चिमणी राहात होती. ती दररोज पहाटे किडा-मुंगी म्हणजेच तिचं दैनंदिन अन्न शोधीत भटकत असे. त्याच वेळी ती चिवचिवाटरूपी मधुर गुंजन करीत इतस्ततः उडत असे.
>
> एकदा एका शेतकऱ्याने जंगलातल्या पहाडी भागातून येत असताना तिचं ते गाणं ऐकलं. तो मंत्रमुग्ध होऊन तिची प्रशंसा करू लागला, 'चिऊताई, तू खरंच खूप छान गाणं गातेस.' आपली अशी प्रशंसा ऐकून कुणालाही स्फुरण चढतंच. तिलाही खूप आनंद झाला. तिनं त्याला विचारलं,

'शेतकरीदादा, तुम्ही कुठे निघालात?'

त्यावर शेतकऱ्यानं उत्तर दिलं, 'मी माझ्याजवळच्या खोक्यात किडे भरून घेतले आहेत, ते विकण्यासाठी नजीकच्या बाजारात चाललोय. त्यातून येणाऱ्या पैशातून एक सुंदर पीस विकत घेणार आहे.' त्यावर ती चिमणी म्हणाली, 'तू एक काम का करीत नाहीस? माझ्याकडे खूप पिसं आहेत. मी त्यातलं एक पीस तुला देते, बदल्यात तू मला तुझं ते किड्यांचं खोकं देशील? त्यामुळे किडे शोधण्याचे माझे कष्ट वाचतील.' चिमणीचे बोल ऐकून तो शेतकरी अतिशय खूश झाला. त्याने ते आनंदानं मान्य केलं. कारण बाजारात जाऊन ते विकण्याचे त्याचे श्रम वाचणार होते.

त्यानंतर चिमणीने स्वतःच्या पंखातलं एक पीस काढून त्या शेतकऱ्याला दिलं. मग ठरल्याप्रमाणे शेतकऱ्यानंही आपल्या जवळचं किड्यांचं खोकं तिला दिलं. त्यावर ती चिमणीही अतिशय हर्षभरित झाली. आता तिला भरपूर किडे अगदी लीलया मिळू लागले. त्यामुळे तिची भटकंती वाचणार होती.

दुसऱ्या दिवशी ती चिमणी पुन्हा त्याच ठिकाणी त्या शेतकऱ्याची वाट पाहत थांबली. त्याला पाहताच तिने पुन्हा आपल्या पिसातले एक पीस छाटून त्याला दिले. त्या बदल्यात त्याने स्वतःजवळचं किड्यांचं नवीन खोकं तिच्या स्वाधीन केलं. आता ही नित्याचीच बाब झाली. शेवटी एक दिवस असा उगवला, की त्या चिमणीकडे शेतकऱ्याला देण्यासाठी एकही पीस शिल्लक राहिला नाही. आता झाली का पंचाईत! चिमणी तिची सर्व पिसं छाटली गेल्याने पंखहीन झाली होती. पंखांअभावी उडणंही तिला अशक्य झालं होतं, त्यामुळे ती किड्यांच्या शोधासाठी आता भटकूही शकत नव्हती. सरतेशेवटी तहानभुकेने व्याकूळ झालेली ती बिचारी चिमणी मृत्युमुखी पडली.

तात्पर्य, चिमणी आळसात गुरफटल्याने या व्यवहारात आपले पंख गमावले जातील किंवा आपली उडण्याची क्षमताच संपुष्टात येईल, याचं भानही तिला राहिलं नव्हतं. केवळ रोजच्या कटकटीतून सुटका करून घेण्याच्या हेतूनं आणि त्यासाठी योजलेल्या अघोरी उपायामुळेच तिला मृत्यूला कवटाळावं लागलं.

या गोष्टीतून आपल्याला आळशीपणा किती घातक ठरू शकतो, याचा बोध

होतो. निसर्गाने सर्व पशू, पक्षी आणि प्राण्यांना त्यांचं शरीर हे कार्य करण्यासाठीच दिलेलं असतं. तेव्हा ज्या वेळी हे शरीर थकेल, त्या वेळीच त्याला विश्रांती द्यावी, ही किमान अपेक्षा असते. आळसाने प्रेरित होऊन जो कुणी सुलभ अशा मार्गाची निवड करतो, त्या वेळी त्याला लगेचच जरी जाणवत नसलं, तरी कालांतराने त्याच्या लक्षात ही गोष्ट येतेच. त्याने निवडलेला मार्ग हा जरी सहज, सोपा वाटत असला तरी प्रत्यक्षात तो अनेक संकटांना आमंत्रित करणारा असतो. या आळशीपणामुळेच लोक आजचं काम उद्यावर ढकलतात, परिश्रम करण्याचं टाळतात आणि ते व्यायामही करीत नाहीत. परिणामी, त्यांना अनेक व्याधी उद्भवतात व साहजिकच त्यांचं शरीर कमजोर, शक्तिहीन होत जातं. थोडक्यात काय तर, मनुष्याने आळसातून मुक्त झालं पाहिजे. कारण आळस हा मोठा मानसिक आजार असून, माणसाचा शत्रू आहे.

वास्तविक हा विषय प्रत्येक व्यक्तीनं मनन करण्यायोग्य आहे. चिमणीच्या वरील गोष्टीवरून आपण जाणलंच असेल, की या आळसामुळे आपलं जीवनात किती नुकसान झालंय? शिवाय हे तसंच चालू राहिलं, तर पुढे त्याचे गंभीर आणि भयानक दुष्परिणाम होतील. आपल्याला जर सुस्तीची चटक लागली असेल, तर त्यात गुरफटलं गेल्याने आपल्यात लोभ आणि लालचीपणा उत्पन्न झाल्यास नवल ते काय? स्वाभाविकच आपल्या मनात येतं, 'हातातील हे कामच खूप छान आहे, बरं झालं दुसरं काही काम आपण हाती घेतलं नाही, ते तर खूपच बोरिंग वाटत होतं,' असं म्हणून आपण आपल्यात अंतर्भूत असलेल्या आळसाला जणू आमंत्रितच करीत असतो पण त्याच्या घातक परिणामांचा आपण कधी विचार करतो का? भविष्यात आपल्यासाठी काय वाढून ठेवलंय, याचा आढावा घेण्याचा प्रयत्न आपण कधी करतो का? आपल्याला जर कुणी वेळीच याबाबत सावधानतेचा इशारा दिला, तरच हे शक्य आहे. जेणेकरून त्यातून सावरून आत्मघातकी आळसापासून आपण स्वतःला वाचवू शकतो. अन्यथा, सवयीचे गुलाम झालेले लोक, त्यांच्या स्वाभाविक प्रवृत्तीनुसार त्यांना जे योग्य वाटतं, तेच करीत राहतात. कारण त्यांना तसं वागण्याची भावना आतूनच होत असते. अशा वेळी आपल्या अंतर्मनाचे प्रोग्रॅमिंग चुकीच्या दिशेने कार्यप्रवण झालेलं असतं. मनाच्या या सुस्तपणामुळे आपलं अंतर्मन, 'मला हेच हवंय, मी हेच करणार' असं म्हणत असतं. तेव्हा त्याचे परिणाम पाहण्याचा प्रयत्न करणं कधीही श्रेयस्कर ठरतं. आपण स्वतःलाच अंतर्मनाचा आरसा दाखवून समोर आलेली कामं टाळल्याने त्याचे काय परिणाम झाले आहेत, याचा मागोवा घेऊ शकतो. आपलं वास्तव दर्शविणारं प्रतिबिंब आपल्याला जितकं अधिक स्पष्ट दिसेल, तितकंच आपण सत्याच्या अधिक जवळ जाल. स्वतःच्या

वाईट सवयींचं अवलोकन करू शकाल. मग त्यावर मनन-चिंतन करून त्यातून मुक्त होण्याची धडपडही कराल.

जसं, एखादा विद्यार्थी अभ्यास करण्याची टाळाटाळ करतो. ज्यामुळे 'न करण्याचं सुख' त्याला अस्थायी रूपात मिळतं परंतु पुढे त्याचे कोणते गंभीर परिणाम होणार आहेत, हे योग्यवेळी त्याला समजणं अवश्यक आहे.

सुस्ती दूर करण्याचे लाभ

आपल्याला सुस्तीचे परिणाम जेव्हा दिसतील, तेव्हा आपण काम करण्याची इच्छा बाळगाल. आपल्याला जर व्यायाम करण्याची इच्छा असेल परंतु आपण ते टाळत असाल, तर व्यायामापासून मिळणारे लाभ तुम्हाला ठाऊक नाही, असाच याचा अर्थ होतो. अगदी याचप्रमाणे कार्य करणाऱ्या लाभांचं आपल्याला विस्मरण होत असेल, तर कुठलंही कार्य करण्याची इच्छा आपल्या मनात निर्माण होणार नाही. त्यासाठी स्वतःला काही गोष्टींचं वारंवार स्मरण देण्याची आवश्यकता आहे. म्हणून कार्य केल्याचे लाभ स्वतःला सांगा. जेणेकरून आपल्याला प्रेरणा मिळेल. मग तसंच रसायन आपल्या शरीरात तयार होऊ लागेल. आणि त्यामुळे शरीरात काम करण्याची भावना जागृत होईल. मग तशाच क्रिया सहजतेने आपल्याकडून होऊ लागतील.

काही कामं अशी असतात, जी केल्यानंतर लगेच त्याचे लाभ दिसत नाहीत परंतु ते अप्रत्यक्ष रूपात असतात. म्हणून आपल्याला असे काम करायचे आहे, अशा गोष्टी जोडायच्या आहेत, ज्यायोगे ते काम करण्याची प्रेरणा आपल्या मनात जागृत होईल. जसं, एखाद्याला सकाळी वर्तमानपत्र वाचायला आवडतं. तेव्हा तो म्हणेल, 'सकाळी लवकर उठून मी आधी व्यायाम करेन आणि मगच वर्तमानपत्र वाचेन.' अशा प्रकारे काही गोष्टी जोडल्याने जे कार्य सुस्तीमुळे आपण टाळत होता, ते करण्यासाठी आपल्याला प्रेरणा मिळेल, आपण प्रोत्साहित व्हाल.

> एक शिक्षक होते. ते शाळेत जो विषय शिकवत असत, त्याबाबत नवनवीन माहिती गोळा करणे, त्याचा अभ्यास करणे, असा त्यांचा स्वभाव होता. त्यासाठी ते एका लायब्ररीचे सदस्यही बनले होते. तेथे जाऊन ते विविध विषयांची पुस्तक वाचत बसत.
>
> त्या लायब्ररीत भगवान बुद्धांच्या जीवनावरची अनेक पुस्तकं होती. शिक्षकांना ती सर्व पुस्तकं वाचायची इच्छा होती. म्हणून त्यांनी स्वतःसाठी

एक नियम बनवला, की शाळेत शिकवल्या जाणाऱ्या विषयांचा दररोज एक अध्याय जोपर्यंत ते गहनतेने वाचणार नाहीत, तोपर्यंत बुद्धांच्या पुस्तकाला हात लावणार नाही.

कारण बुद्धांची पुस्तक वाचणं त्यांना फार आकर्षित करत होतं, म्हणून त्या आकर्षणालाच त्यांनी शिकवण्याच्या विषयाशी जोडलं. ते शाळेत शिकवल्या जाणाऱ्या विषयाचा आधी अभ्यास करत आणि मगच बुद्धांचं पुस्तक वाचत. अशा प्रकारे त्यांच्या मनाला प्रेरणा मिळे. मात्र त्यामागे त्या शिक्षकासाठी सुस्ती हे मुख्य कारण नव्हतं तर ते जाणून-बुजून स्वतःला सांगत असे, 'आधी हे कार्य पूर्ण करायचं आहे, मगच दुसऱ्या कार्याचा आरंभ करायचा आहे.' कारण त्यांनी जर त्या विषयाचा गहनतेने अभ्यास केला, तो विषय आत्मसात केला तरच ते विद्यार्थ्यांना शिकवू शकतील, हे त्यांना योग्य प्रकारे ठाऊक होतं. शाळेतील मुलं केवळ पुस्तक वाचून तो विषय समजू शकत नव्हते. म्हणून कुणाला तरी आधी त्यावर काम करावंच लागेल. त्या विषयाचं योग्य आकलन करून घ्यावं लागेल, अन्यथा मुलांना ते समजावू शकणार नाहीत, हे ते जाणत होते. कारण मुलांना कमी मार्क्स मिळतील आणि ती नापास होतील. अशा प्रकारे विद्यार्थ्यांच्या प्रेमामुळे त्या शिक्षकांना अध्ययन करण्याची प्रेरणा मिळाली. जेव्हा आपण त्या कार्याविषयीचे लाभ अथवा आपल्या कुटुंबीयांना मिळणारे लाभ यांविषयी स्वतःला सांगाल, तेव्हा आपल्यात शक्तीचा संचार होईल आणि आपण सुस्तीतून मुक्त व्हाल.

आपल्याला अशा सर्जनशील पद्धतींचा उपयोग करून सुस्तीवर विजय मिळवायचा आहे. आपल्या शरीराकडून कार्य करून घेण्यासाठी त्या कार्याचे लाभ प्रथम स्वतःला सांगायचे आहेत.

हे कार्य केल्याने मला गु-लाब मिळेल की कु-लाब? याच अवलोकन करायचं आहे. येथे गुलाबचा अर्थ आहे लाभ आणि कु-लाबचा अर्थ आहे नुकसान. गुलाब प्रत्येकाला हवा असतो परंतु त्याचे काटे प्रत्येकजण नाकारतो. अशा प्रकारे लाभ आणि नुकसान कशात आहे, हे समजून घेताच सुस्तीतून मुक्त होण्याची इच्छा जागृत होईल. म्हणून स्वतः प्रेरित व्हावं यासाठी जे काही करता येईल ते अवश्य करा. जेव्हा एखादा विचार करतो, 'मी हे कार्य ईश्वरासाठी करतोय,' तेव्हा त्या कार्याची गुणवत्ता बदलून जाते.

आपल्यात जर ध्येयपूर्तीविषयी प्रेम असेल, तर त्या प्रेमात ताकद असल्याने ते प्रेमच आपल्यासाठी प्रेरणा बनतं. ध्येयपूर्तीच आपल्याकडून योग्य कर्म करून घेते. कारण ज्याच्याविषयी आपल्याला प्रेम आहे, तेच आपल्याला प्राप्त होतं. म्हणून उद्दिष्टाप्रति प्रेम जागृत करा, त्यासाठी स्वतःला प्रेरित करा. ज्यायोगे कंटाळवाणं काम देखील तुम्हाला आवडू लागेल.

जेव्हा आपलं ध्यान ध्येयपूर्तीकडे आकर्षित होतं, तेव्हा त्यासाठी लागणारे गुण आपोआपच स्वतःमध्ये प्रकट होतात. मग आपल्यात असा आत्मविश्वास जागृत होतो, की जगातील कुठलंही कठीण कार्य मी करू शकतो.

पुढील बारा वर्षांनंतर आपलं जीवन कसं असेल, असं जर आपल्याला विचारलं, तर आपली पूर्वतयारी कशी असेल? आता ज्या वेगाने आपण तयारी करीत आहोत, त्यापेक्षा निश्चितपणे आपला वेग वाढविण्याचा, आपला स्वाभाविक कल असेल. तेव्हा आपण विचार करू शकाल, 'या गोष्टी जर अशाच पद्धतीने चालू राहिल्या तर माझं जीवन कसं असेल?' त्यानंतर आपल्या प्रत्येक विचारात सहजता येईल, कुठलाही विचार आपल्याला चकवणार नाही. या अभावी आपल्या मनात केवळ एक जरी नकारात्मक विचार आला, तरी त्यालाच खरं मानून आपण तसेच जगू लागतो. पण एकदा का सहजता प्राप्त झाली तर मग आपणच म्हणाल, 'आता यापुढे अनिष्ट विचारांवर शिक्कामोर्तब करण्याच्या सवयीपासून माझी सुटका झालीय. आता एखाद्या रिकाम्या लखोट्याप्रमाणे आम्ही दोन्हीकडून म्हणजेच अंतर्बाह्य, खुलेपणा, मोकळीक अनुभवतोय. कुठलीही घटना आमच्यालेखी शिक्का वा कहाणी बनत नाही.'

या पावलावर काम करताना, आपल्याला सुपरमॅनप्रमाणे भूतकाळात व स्पायडरमॅनप्रमाणे भविष्यकाळात डोकावता आलं पाहिजे. या सुस्तीमुळे भूतकाळात समस्त विश्वाचं आजवर काय काय नुकसान झालंय, या घातक सवयीमुळे भविष्यकालीन गोष्टींवर काय परिणाम होणार आहेत आणि त्यातून नेमकं काय साध्य होणार आहे. हे स्पष्ट दिसताच आपण वर्तमानात जागृत व्हाल आणि आपल्याकडून होणाऱ्या क्रियांमध्ये बदल घडेल.

अध्याय १३

आहार-विहारातील सावधानता
आळसातून मुक्तीचं सातवं पाऊल

काही लोकांच्या शरीरात असलेल्या आळसाचं मुख्य कारण म्हणजे त्यांच्या अनिर्बंध खाण्या-पिण्याची सवय. आपलं भोजन जर आपल्यातील सुस्ती आणि वजन वाढवत असेल, तर साहजिकच आपलं शरीरही निष्क्रियता आणि आजारांच्या दिशेने वाटचाल करेल. काही लोक तर अशा असंतुलित आणि अत्याधिक खाण्यामुळे आपलं वजन इतकं वाढवतात, की त्यामुळे त्यांना व्यवस्थित हालचालही करता येत नाही. या स्थितीत सुधारणा करण्यासाठी अशा लोकांनी योग्य आहारतज्ज्ञाचा (डायटिशियन) सल्ला घेऊन आपल्या आहाराकडे कटाक्षाने लक्ष द्यावं.

आपण ज्या प्रकारचा आहार घेतो, तसेच गुण आपल्यामध्ये निर्माण होऊ लागतात, त्यामुळे आपण जे भोजन करतो, ते आपल्यातील आळस वाढविणारं आहे, की स्वास्थ्य प्रदान करणारं आहे, याचं भान अवश्य बाळगा.

आपण जेव्हा आपल्या खाण्या-पिण्याकडे लक्ष देऊ लागाल, तेव्हा त्याबाबतची सजगता आपल्यात येऊ लागेल. याकरिता, 'आज मी असं काय खाल्लंय, ज्यामुळे मला इतकी सुस्ती जाणवते आहे? काय खाल्ल्याने माझ्यात उत्साह संचारतो? कोणत्या वेळी खाल्लं तर मी आळसावतो आणि कोणत्या वेळी आहार घेतला, की मला उत्साह

वाटतो?' असे प्रश्न स्वतःला विचारायला हवेत. आळस वाढवणाऱ्या पदार्थांबाबत शक्यतो पथ्यच पाळा. जर दिवसभर आळस जाणवत असेल, तर मग जेवणाच्या वेळेत थोडासा बदल करून पाहा. आपल्याला कोणत्या चुकीच्या सवयीमुळे आळस येतो, याचं निरीक्षण करा. वाटल्यास एखाद्या नोंदवहीत रोजच्या रोज लिखित नोंद करूनसुद्धा आपण आपल्यातील आळसाच्या कारणांचा आढावा घेऊ शकतो.

सजगतेने पाहिल्यास आपण काय खायला हवं, केव्हा खायला हवं, किती प्रमाणात खायला हवं, हे सहजच आपल्या लक्षात येऊ शकेल. मग ते ठरवून घेणंही आपल्याला सहज शक्य होऊ शकेल. आपण आज जितकं अन्न ग्रहण करत आहात, त्यापेक्षा थोडंसं कमी खाऊन आपल्याला स्फूर्ती जाणवतेय की नाही, याची पडताळणी करा. आपण जेव्हा भुकेपेक्षा थोडंसं कमीच अन्न ग्रहण करतो, तेव्हा त्याचं व्यवस्थित चर्वण करतो, घाईघाईत घासावर घास गिळत नाही, तेव्हाच त्याचा शरीरावर उत्तम परिणाम होतो. आळशी लोक मात्र अन्न व्यवस्थित चावून खाण्याऐवजी ते नुसतं गिळत राहतात. परिणामी त्याचं पचन होण्यासही जास्त वेळ लागतो आणि त्यामुळेदेखील आळस बळावू लागतो.

ज्या लोकांना आपल्यातील आळस दूर करून उत्साही होण्याची इच्छा आहे, त्यांनी आपल्या आहार-विहाराच्या सवयींबाबत दक्ष असायला हवं. कारण काही पदार्थ पचण्यासाठी ३० ते ४० तास लागतात, काही २४ तासांत पचतात, तर काहींचं अवघ्या ३-४ तासांत पचन होतं परंतु कित्येक लोक आधी खाल्लेल्या अन्नाचं व्यवस्थित पचन होण्यापूर्वीच इतर पदार्थ भक्षण करतात, त्यामुळे पोटाच्या पचनक्रियेवर अधिकाधिक ताण येतो. एका उदाहरणाद्वारे ही गोष्ट सविस्तर समजून घेऊया.

आपण अशी कल्पना करू, की आपल्या शरीरामध्ये काही कर्मचारी कार्यरत आहेत, जे अन्न पचन करण्याचं काम करतात. आपण अन्न भक्षण करताक्षणीच त्यांच्या कार्यास सुरुवात होते. कोणी अन्नाचे बारीक कण तयार करतो, तर कोणी त्यात पाचक रस मिसळू लागतो, किंवा कोणी ते पुढे ढकलू लागतो. अशा प्रकारे सर्वजण आनंदाने आपापलं काम करत असतात. परंतु त्याचवेळी आपल्याला आपल्या आवडीचा एखादा पदार्थ दिसतो आणि आपण तो खातो.

आता शरीरातील कर्मचारी आधी खाल्लेलं अन्न पचविण्याचं काम करत असतानाच पोटात आणखी अन्नाची भर पडते. मग त्या बिचाऱ्या कर्मचाऱ्यांना आणखी जास्त काम करावं लागतं. त्यामुळे ते त्रस्त होतात आणि कपाळावर हात मारून विचार

करू लागतात, 'अरे, हे काय, आपण विचार केला होता, की आज आपल्याला इतकंच काम करायचं आहे, पण हे अतिरिक्त काम येऊन पडलं. जणू काही अन्नाची त्सुनामीच आलीय.' मग या वाढलेल्या कामामुळे ते नाराज होतात आणि पोटात गडबड करणारे गॅस निर्माण करतात, अस्वस्थता वाढते आणि आळसदेखील वाढू लागतो. शरीरातील कर्मचाऱ्यांच्या नाराजीचाच हा परिणाम असतो. अशा प्रकारे आहारविषयक चुकीच्या सवयी आपल्यातील आळसाला कारणीभूत ठरतात.

आपल्या शरीरातील कर्मचारी आनंदाने आपलं काम करण्यात व्यग्र असतात. मात्र आपण आळसाला पोषक असं अन्न खाऊन किंवा अतिरिक्त अन्न खाऊन त्यांच्यासाठी अडचणी निर्माण करू नका, अन्यथा तेदेखील तुमच्यासाठी अडचणी निर्माण करतील. आपण या कर्मचाऱ्यांची उत्तम प्रकारे काळजी घेतली, त्यांना सांभाळून घेतलं, तरच ते आपल्याला भरपूर शक्ती आणि ऊर्जा प्रदान करतील.

स्वास्थ्यवर्धक अन्न ग्रहण करा

शरीराचे तीन मुख्य प्रकार आहेत. ज्यात काही वैशिष्ट्य, व्याधी आणि दोषही आहेत. शरीराच्या या तीन प्रकारांना त्रिदोष म्हटलं आहे.

१. वात दोष

२. पित्त दोष

३. कफ दोष

प्रत्येक मनुष्यात किमान एक तरी दोष प्रबल असतो, या व्यतिरिक्त काहींमध्ये वरीलपैकी दोन किंवा तिन्हींचे एकत्रित मिश्रणही असू शकतं.

वर वर्णिलेल्या तीन मुख्य प्रकारांपैकी प्रत्येकाच्या अंगी काही विशेष गुण आणि काही व्याधी असतात. आपापल्या दोषांची यथास्थित माहिती करून घेणं, त्यावर उपाययोजना करणं हे जीवनात योग्य दिशेने टाकलेलं पहिलं पाऊल आहे.

आजार म्हणजे दुसरं काही नसून वरील तीन दोषांमधील असंतुलन असतं. आरोग्य आणि मानसिक-शारीरिक स्फूर्ती निर्माण होण्यासाठी या तिन्ही गोष्टी एकमेकांच्या साहाय्याने संतुलन साधत असतात. जेव्हा या तिन्ही गोष्टी योग्य प्रकारे कार्य करतात, तेव्हा ती व्यक्ती निरोगी असते. याचं संतुलन बिघडताच मनुष्यात शारीरिक व मानसिक आजार उत्पन्न होतात.

या तीन दोषांमध्ये निर्माण होणाऱ्या असंतुलनाचं कारण म्हणजे चुकीची जीवनशैली आणि सदोष खाण्यापिण्याच्या सवयी होय. आपण जर आपल्यात असणारा दोष आणि शरीरप्रकृतीला योग्य आहारविहार ठेवलात, तर निश्चितपणे आलस्यापासून स्वतःला दूर ठेवू शकाल. म्हणूनच आपल्या शरीरप्रकृतीच्या दोषाविषयी जाणून घेणं महत्त्वाचं आहे. याशिवाय कोणतं अन्न खाल्ल्यानं आपल्यात आळस निर्माण होतो? कशामुळे आपल्यातील आळस कमी होतो? हे जाणून घेणंही आवश्यक आहे.

सुस्ती येण्याची अनेक कारणं आपल्यासमोर ठेवली आहेत. मात्र सुस्ती नेमक्या कोणत्या कारणाने येते, याचं कारण स्पष्ट होताच त्यावर कार्य करायला सुरुवात करा आणि सुस्तीतून मुक्ती मिळवा.

अध्याय १४

आपल्यातील ऊर्जेला ओळखा, विनियोग करा

आळसातून मुक्तीचं आठवं पाऊल

स्वतःशी संवाद साधून प्रामाणिकपणे मनन करा, 'माझ्या आयुष्याची किती वर्षं आता उरली आहेत?' कारण एखादा मनुष्य १०० वर्षे जगणार असेल, तर त्यांतील ३० वर्षे झोपेतच जाणार आहेत. आज आपलं जे काही वय असेल, त्यानुसार यापुढे आपली किती वर्षे झोपेत जाणार आहेत, याचा हिशेब करा. उरलेली वर्षं आपण कसे जगणार आहोत, कोणत्या कार्यात खर्च करणार आहोत, याविषयी मनन करा. उरलेल्या या आयुष्यात आपल्या हातून अशी महान कार्यं घडावी, ज्यामुळे आपल्याला जास्तीत जास्त आनंद प्राप्त होईल आणि त्या कार्याने इतरांचंदेखील कल्याण होईल. आपली जर हीच इच्छा असेल, तर मग आपल्यातील ऊर्जा दूरदर्शनवरील निरर्थक कार्यक्रम पाहण्यात, वायफळ गप्पा मारण्यात किंवा जो मनुष्य तिथे उपस्थितच नाही त्याच्याविषयी टीका-टिप्पणी करण्यात, त्याची टर उडविण्यात व्यर्थ घालवू नका. आपल्याला दिवसभरात जी ऊर्जा प्राप्त होते, तिचा वापर योग्य ठिकाणी करा. कारण आज प्राप्त झालेली ऊर्जा ही आजच संपुष्टात येणार आहे.

आपल्यातील ऊर्जेचा योग्य प्रकारे सदुपयोग करा, जेणेकरून खर्च झालेल्या त्या ऊर्जेचा सुपरिणाम प्राप्त होऊ शकेल. काही लोकांना पैसा हा खूप प्रिय वाटत असतो.

'आपल्या प्रत्येक व्यवहारातून अधिकाधिक नफा मिळावा,' असाच विचार ते करत असतात. या लोकांप्रमाणेच आपल्यालाही नेहमी वाटायला हवं, की 'ज्या कार्यासाठी मी माझ्यातील ऊर्जेचा वापर करणार आहे, त्या कार्यातून सर्वोत्तम परिणाम साध्य होणार आहे. त्यातून मला जास्तीत जास्त आनंद आणि लाभ मिळणार आहे.' आपण उचललेलं हे पाऊल आपल्या कार्यपद्धतीत आमूलाग्र बदल घडवून आणू शकेल.

आपल्यातील ऊर्जाशक्ती वाया जावी, विनाकारण खर्च व्हावी, असं कोणालाही वाटत नाही. कारण आज दिवसभरासाठी आपल्याला जी ऊर्जा प्राप्त झाली आहे, ती उद्या उपयोगात येणार नाही. म्हणून आज मिळालेल्या ऊर्जेचा वापर आजच करून आपलं कार्य सर्वोत्कृष्ट करा.

ऊर्जेच्या तीन स्तरांची ओळख

कित्येकदा आपल्याला हाती घेतलेल्या कामाचं ज्ञान आणि प्रशिक्षण पुरेसं नसतं. त्यामुळेच की काय आपण त्यात श्रद्धा, विश्वास आणि धाडसानं पुढे जाण्यात कमी पडतो. त्याने ताणतणावाचा आपल्यात शिरकाव होऊन जणू आपला फ्यूजच उडतो. कारण आपण त्याची सीमा योग्य रीतीने निश्चित केलेली नसते. एका विशिष्ट क्षणापर्यंत काम करून आपण लगेच थकतो आणि ते काम सोडून देतो. वास्तविक आपल्यात ऊर्जेचे तीन स्तर असतात. पण या पहिल्या स्तराच्या सीमेवर पोहोचताच जेव्हा थकल्यासारखं वाटतं, तेव्हा आपण काम बंद करून टाकतो. त्याऐवजी तशाही स्थितीत आपण आणखी थोड्या कालावधीत काम केलं, तर आपला ऊर्जेचा दुसरा स्तर जागृत होतो. ज्या वेळी आपल्याला आपण ठामपणे हाती घेतलेलं एखादं काम पूर्ण करू शकत नाही असं जाणवेल, त्या वेळी स्वतःला ही आठवण करून द्या, की आपल्या शरीरात अद्‌भुत प्रकारच्या शक्ती आहेत. त्या शक्तिमय ऊर्जांचा समुचित वापर केला, तर आपल्या जीवनात चमत्कार घडताना पाहाल.

ऊर्जेचा पहिला स्तर : ही आपल्या शरीराची ती ऊर्जा आहे, जिचा वापर आपण दैनंदिन कामं पूर्ण करण्यासाठी करत असतो.

ऊर्जेचा दुसरा स्तर : आपण या ऊर्जेचा वापर आपल्या परिचिताकडे पार्टी अथवा विवाहसमारंभ असेल त्या वेळी करीत असतो. परीक्षार्थी परीक्षेच्या कालावधीत याच ऊर्जेच्या आधारे रात्रंदिवस अभ्यास करण्यास उद्युक्त होतो. पिकनिक, सहली अशा वेळीदेखील आपण या ऊर्जेचा विनियोग करीत असतो. थोडक्यात, ज्या वेळी आपण

दैनंदिन कामाव्यतिरिक्त कुठलंही जास्तीचं काम करतो, त्या वेळी या दुसऱ्या स्तराच्या ऊर्जेचा वापर करतो.

ऊर्जेचा तिसरा स्तर : या स्वरूपाची ऊर्जा ही क्वचितप्रसंगी उपयोगात आणली जाते. म्हणजेच, ही संकटकाळी वापरली जाते, ज्याची आपल्याला कल्पनाही नसते. लक्षात ठेवा, आपल्याठायी ही ऊर्जा ठासून भरलेली असते. म्हणून आपण तिचा वापर अधून-मधून अवश्य करायला हवा.

अशा प्रकारे आपल्या हाती घेतलेलं कोणतंही काम, जे दीर्घ कालावधीत पूर्ण करण्याची गरज असते पण काही अवधीनंतर आपल्याला थकवा जाणवून, यापुढे आपल्या हातून हे काम होणार नाही, असं वाटेल, त्या वेळी आपल्यात असलेल्या अमर्याद ऊर्जेमुळे आपण हे काम निश्चितपणे पार पाडण्याचा चमत्कार करू शकतो, याची आठवण स्वतःला द्या. या असीम ऊर्जेविषयी जाणलं, अन्यथा यापूर्वी आपण कुठलंही अवघड कार्य करताना स्वतःला सदैव असमर्थच समजत राहिलो असतो! मात्र,निसर्गाने आपल्याला असंख्य शक्ती प्रदान केलेल्या आहेत, ही गोष्ट यापुढे लक्षात ठेवायला हवी.

उदाहरणार्थ, विद्यार्थिदशेत असताना एखाद्या वर्षी परीक्षेच्या काळात आदल्या रात्री अभ्यास करूनही आपण उत्तम क्रमांकानं उत्तीर्ण झाला असाल. हे कसं घडलं असावं, याचा विचार केलात का? केवळ एका रात्रीत अभ्यास करून आपण उत्तम मार्कस् मिळविलेत. वास्तविकपणे ही शक्ती आपल्यामध्ये पूर्वीपासूनच अस्तित्वात होती, पण परीक्षेच्या तणावामुळे ती प्रकट झाली इतकंच! अशा प्रकारे लहानसहान प्रयोगांद्वारे आपल्यातील सुप्त ऊर्जेचे प्रकटीकरण करण्यास सुरुवात करा.

आपण जेव्हा आपल्यातील ऊर्जेकडे योग्य प्रकारे लक्ष द्याल, तेव्हाच हे समजू शकेल, की कुठे कुठे आपल्यावर तमोगुणाचा प्रभाव पडतो आहे आणि कुठे कुठे रजोगुण धावपळ करायला लावतो आहे. मग आपल्यातील गुणांनी आपल्यावर अधिकार गाजवायचा, की त्या गुणांचा सदुपयोग आपली अभिव्यक्ती करण्यासाठी करायचा, याची निवड आपल्यालाच करायची आहे. सुस्तीतून मुक्त व्हायचं असेल, तर आपल्यातील गुण ओळखून त्यांचा योग्य विनियोग करा. हे साध्य होताच, आपल्यातील ऊर्जाही वाचेल आणि आपल्याकडून घडलेल्या कार्याचा परिणामदेखील उत्कृष्टरीत्या साधला जाईल.

आपल्यातील ऊर्जा कुठे खर्च करू नये?

आपल्या अवतीभोवती असेही काही लोक असतात, जे त्यांच्या वर्तनाने, बोलण्याने, इतकंच काय पण केवळ त्यांच्या अस्तित्वानेदेखील आपल्यातील ऊर्जेचं शोषण करत राहतात. अशा लोकांपायी आपल्यातील ऊर्जा खर्च करणं, हा काही समंजसपणा आहे का? नक्कीच नाही! म्हणून स्वतःशी संवाद साधून आपल्यातील ऊर्जेचा योग्य सदुपयोग करायला हवा. वेळेबाबतही हाच नियम लागू होतो. आज आपण जो वेळ खर्च करतो, तो उद्या उपलब्ध होणार नसतो. ही समजच आपल्यातील आळस दूर करण्यास साहाय्यक ठरू शकते. 'या कार्यासाठी मी जी काही ऊर्जा खर्च करणार आहे, त्यातून सर्वोत्कृष्ट असेच परिणाम प्राप्त होतील,' या विचाराने जेव्हा आपण कोणतंही कार्य कराल, तेव्हा त्या कार्याच्या गुणवत्तेत नक्कीच वाढ होईल.

काही लोक फारसा विचार-विनिमय न करताच कोणत्याही कार्यास सुरुवात करतात आणि ते कार्य बिघडवून टाकतात. नंतर जेव्हा त्यांना सांगितलं जातं, की 'अरे, हे काम असं नाही, तर तसं करायला हवं होतं,' तेव्हा ते त्यांना पुन्हा नव्याने करावं लागतं. अशा रीतीने एकच काम पुनःपुन्हा करावं लागल्याने ऊर्जेचा अपव्यय होत असतो. त्यामुळे कोणतंही कार्य सुरू करण्याआधीच त्याविषयी योग्य प्रकारे जाणून घेतलं, तर आपल्यातील ऊर्जा अशी वाया जाणार नाही, त्यातून उत्तम परिणामच प्राप्त होतील. अशा प्रकारे योग्य बाबींसाठीच ऊर्जा खर्च केल्यामुळे आपल्यातील सजगतादेखील वाढेल.

नेहमी सावधचित्ताने कार्य केल्यानेच सर्वोत्कृष्ट परिणाम प्राप्त होऊ शकतात. अर्धवट सावधानता, निष्काळजीपणा, भलत्याच विचारांत हरवून गेल्याने ते काम पुन्हा करावं लागतं. असं कित्येकदा आपल्याबाबतीतही घडलं असेल.

आपण जेव्हा योग्य समजेसह, पूर्ण सावधानता बाळगून कोणतंही कार्य करता, तेव्हा आपल्यातील ऊर्जेची बचत होईल आणि सुस्तीचा प्रभाव आपल्यावर होणार नाही.

अध्याय १५

स्वतःचा विक्रम तोडा
आळसातून मुक्तीचं नववं पाऊल

या पावलावर आपल्याला स्वतःचाच विक्रम मोडायचा आहे. आपण हे नक्कीच ऐकलं किंवा पाहिलं असेल, की ऑलिंपिकमध्ये जे खेळाडू खेळत असतात, ते स्वतःचा तसंच इतरांचाही विक्रम मोडतात. म्हणजेच एखाद्या धावपटूने १५ मिनिटांत विशिष्ट अंतर पार केलं असेल, तर पुढच्या वेळी त्यापेक्षाही कमी वेळेत ते अंतर पार करून इतर धावपटूंचा विक्रम मोडतात. केवळ इतकंच नव्हे, तर अशाच प्रकारे ते स्वतःचाही विक्रम मोडत असतात.

आता थोडा विचार करा, हे लोक कशा प्रकारे ही गोष्ट साध्य करू शकत असतील बरं! खरंतर तिथले सर्व खेळाडू हे विक्रम मोडण्याचाच प्रयत्न करत असतात, कारण तिथलं वातावरण तसंच असतं आणि त्यांचा संघही तसाच असतो. तिथे उपस्थित असलेले सर्व खेळाडू हे एका उच्च अशा वातावरणात असतात. त्यांच्यातील संभाषणही 'अमुक व्यक्तीने हा विक्रम मोडला... तमुक खेळाडूने आज इतक्या कमी वेळेत विशिष्ट अंतर पार केलं... मलाही अमुक एक विक्रम मोडायचा आहे...' अशाच प्रकारे होत असतं. यालाच उच्च, महान वातावरण अथवा संघ असं म्हटलं गेलंय. म्हणजेच तिथे उपस्थित असलेले सर्व जण आपल्यातील सर्वोत्तम अशा गुणांचं प्रदर्शन करत असतात.

ते जे करू शकतात, त्यांच्यात जितकी शक्ती आहे, तिचा ते पुरेपूर वापर करतात. असं भारावलेलं वातावरण म्हणजे जणू एक जादू, किमया आहे.

मात्र असं वातावरण बाहेर इतरत्र कुठे दिसत नाही. बाह्यजगतात आपण असं कुठेही ऐकलं नसेल, की एखाद्या व्यक्तीने स्वतःचा विक्रम मोडण्यासाठी, नवा विक्रम स्थापित करण्यासाठी काही प्रयत्न केले असतील परंतु आपल्याला हे करायचं आहे. आज जर आपण एखादं काम पंधरा मिनिटांत पूर्ण केलं असेल, तर पुढच्या वेळी तेच काम यापेक्षाही कमी वेळेत पार पाडण्याचा प्रयत्न करा. अशा प्रकारे आपल्यातील कार्यक्षमता वाढू लागेल आणि त्या कामातून आनंदही मिळेल. मात्र ही गोष्ट तेव्हाच शक्य होऊ शकेल, जेव्हा आपण उच्च अशा महान लोकांच्या संघात असाल.

एखादं जेव्हा काम आपण अनेक वेळा करतो, तेव्हा हळूहळू त्या कामात यांत्रिकता (साचेबद्धपणा) येऊ लागते. मग ते काम करण्यासाठी आपल्याला कोणतीही सावधानता अथवा सजगता बाळगण्याची आवश्यकता राहत नाही. शिवाय कोणतीही सावधानता न बाळगता जर एखादं काम वारंवार होत असेल, तर अशा वेळी आपल्यात आळस निर्माण होण्याची शक्यता अधिक असते. म्हणून सजगता बाळगून आपलाच विक्रम मोडा आणि आपली कार्यक्षमतादेखील वाढवा. अशा प्रकारे जर आपण प्रत्येक कार्य करू लागलो, तर आपल्यातील क्षमता पूर्णपणे विकसित होण्यास मदत मिळेल आणि आपल्यातील ऊर्जेचादेखील पुरेपूर वापर होईल. परिणामी आपल्यातील सुस्ती, आळसदेखील दूर होतील.

आपल्यातील सुस्ती पूर्णपणे नष्ट करण्यासाठी नेहमी महानतेच्या संघात राहा. अशा लोकांना आपले आदर्श माना, ज्यांनी आळसावर मात करून विजयश्री प्राप्त केली आणि ते यशाच्या शिखरावर पोहोचले. कुठलंही कार्य करत असताना आपल्याला आधीच्या विक्रमावर काही सेकंदांनी जरी मात करता आली, तरी आपण खूप काही साध्य केल्यासारखं होईल. मग भले आपण स्वयंपाकघरातील एखादं काम करत असाल, कार्यालयात किंवा मित्रांसोबत मिळून काही काम करत असाल, तरी त्या कामाबाबतचा आपला आधीचा विक्रम मोडण्याचा प्रयत्न करत राहा.

आपल्या अवतीभोवती, असेच लोक असतील, ज्यांच्या संभाषणात नेहमी स्वतःचाच विक्रम मोडल्याचा विषय असेल, तर त्यांना पाहूनही आपल्याला आनंद होईल, प्रेरणा मिळेल. मग आपणसुद्धा आपला वेळ आणि आपल्यातील ऊर्जा यांचा समन्वय साधून उत्कृष्टरीत्या सदुपयोग कराल, त्याचबरोबर आळसातूनदेखील मुक्त व्हाल.

अध्याय १६

सुस्तीला उत्साहात बदलण्याचा मार्ग
आळसातून मुक्तीचं दहावं पाऊल

या पावलात तुम्हाला स्वत:मध्ये सर्जनशीलता आणून प्रोत्साहित करायचे आहे जेणेकरून तुम्ही सुस्तीला उत्साहात बदलू शकाल. सर्जनशीलता म्हणजे नवीन, आऊट ऑफ बॉक्स विचार करणे. कारण जेव्हा आपल्या आवडीचे काम नसते तेव्हा ते काम करताना आपल्याला आळस येतो, त्यामुळे ते काम आपण सर्जनशीलतेने करायला हवे. छोट्यातले छोटे काम पण कल्पकतेने केले जाऊ शकते.

एखादी गृहिणी स्वयंपाक करत असेल, भांडी घासत असेल आणि ते काम करण्याचा तिला कंटाळा येत असेल, तर तेच काम ती नव्या, वेगळ्या पद्धतीनेही करू शकते. एखाद्या दिवशी हाताचे एक बोट न वापरता भांडी घासल्याने, त्या महिलेचे पूर्ण लक्ष नकळत आपल्या कामावर राहील. मग भांडी घासताना हे बोट किती वेळा वापरावे लागते हे तिला समजेल. त्यामुळे मग जे काम आधी चिडचिड करून होत होतं, ते नकळत आवडू लागेल. त्यामुळे दैनंदिन कामातही मन लागेल.

जी व्यक्ती एका फाईलवर काम करायला १० मिनिटं लावते, तिने असा विचार करायला हवा, की हे काम मी सर्जनशीलतेचा वापर करून ९ मिनिटांत पूर्ण कसे करू शकते? असं करून ती स्वत:लाच आव्हान देईल. मग ते काम कमी वेळेत पूर्ण

करण्याच्या नवनवीन कल्पना आपल्याला सुचत आहेत, हे तिच्या लक्षात येईल. अशा प्रकारे तुम्ही एखादे काम सर्जनशीलतेने करण्याचे ठरवाल तेव्हा नवनवीन आश्चर्यकारक कल्पना नकळतपणे सुचत जातील. मात्र यासाठी लहान-सहान प्रयोग करण्याची गरज आहे.

समजा, तुमच्यासमोर एक सुरी आणि एक केक आहे. आता तुम्हाला सांगितल गेलंय, की सुरी तीन वेळा वापरून केकचे आठ तुकडे करायचे आहेत, तेव्हा ते तुकडे तुम्ही कसे कराल? प्रथम तुम्ही विचार कराल, सुरी उभी आडवी आणि तिरकी वापरल्याने केकचे सहाच तुकडे होत आहेत. मग विचार कराल, की दोन उभे आणि एक आडवा केला तरी आठ होत नाहीत. मग विचार करता करता तुम्हाला एक कल्पना सुचते,

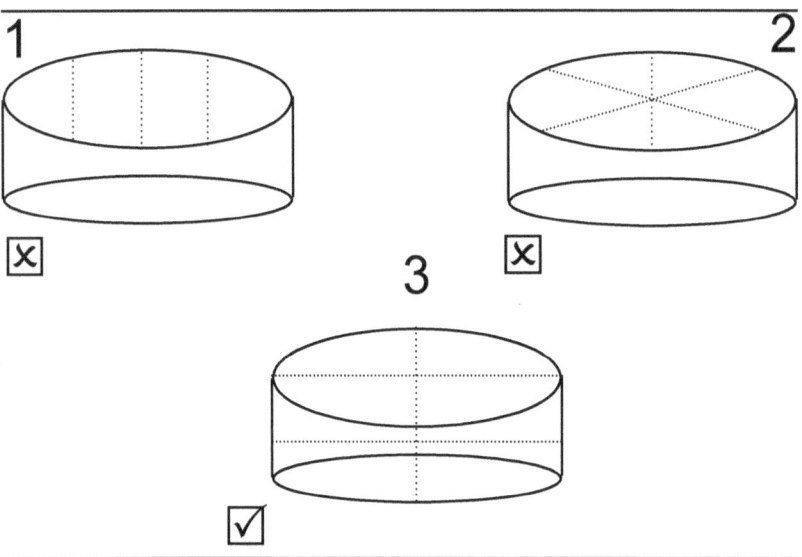

की सर्वप्रथम केक मध्यातून आडवा कापायचा. नंतर एक उभा आणि मग पुन्हा एक आडवा. असा तीन वेळा सुरीचा वापर केल्याने केकचे आठ तुकडे होऊ शकतात. मात्र ही कल्पना तुम्हाला तेव्हाच सुचेल जेव्हा तुम्ही स्वतःला नव्याने आणि आऊट ऑफ बॉक्स विचार करण्याचे आव्हान देऊ शकाल. सामान्य विचाराने असे आव्हानात्मक काम पूर्ण होत नाही. प्रत्येक मनुष्य आपल्या कामात असा नव्याने आणि आऊट ऑफ बॉक्स विचार करायला शिकला तर त्याची सर्व कामं आकर्षक बनतील. आवडीचे काम असेल तर सुस्ती किंवा आळस येण्याचीही शक्यता नसते.

स्वत:ला प्रेरणा द्या

स्वत:ला प्रेरित करण्यासाठी प्रेरणादायी व्हिडिओ पाहा किंवा पुस्तके वाचा. परंतु त्यातच गुंतून राहू नका. लोक अशा प्रकारे प्रेरणा मिळवण्यासाठी व्हिडिओ पाहतात किंवा पुस्तके वाचतात. मात्र त्याचं प्रमाण अति झाल्याने त्यांचे नुकसानच होण्याची शक्यता अधिक असते. त्यामुळे याची काळजी घ्यायला हवी. त्यात इतकेही वाहून जाऊ नका, की इतर कामं सोडून तेच करत बसाल. इतकंच नाही तर या गोष्टींमधून प्रेरणा घेऊन तसे कामही करणे गरजेचं आहे. ही एक अशी साखळी आहे, ज्यामध्ये लोक वाहवत जातात आणि मग मुख्य काम बाजूलाच राहते. असे व्हिडिओ पाहणे आणि वाचन करणे यातच त्यांचा सगळा वेळ जातो. स्वत:ला प्रेरणा देण्याच्या या गोष्टी आणि तुमचे काम यामध्ये तुम्ही योग्य रीतीने संतुलन साधायला हवा. किंबहुना तुमचे उद्दिष्ट पूर्ण करण्यासाठी आणि आळस दूर करण्यासाठी या गोष्टींची निश्चितच मदत होईल.

त्यानंतर तुमचे काम अधिक आकर्षक, आवडीचे बनविण्यासाठी सर्जनशीलतेचाही उपयोग करायला हवा. स्वत:साठी काही कल्पना शोधून काढायला हव्यात. जसं, तुम्ही रोजनिशी लिहीत असता आणि ती इतर कोणी वाचू नये, असं तुम्हाला वाटत असेल, तर त्यातील शब्द उलटे लिहू शकता. जे आरशासमोर धरल्यानंतर तुम्हाला वाचता येतील. असं लिहिताना तुम्हालाही गंमल वाटेल आणि इतरही कोणी ते वाचू शकणार नाही. अशा प्रकारे तुम्हाला स्वत:साठी काही मार्ग शोधून काढायचे आहेत. त्यामुळे तुम्ही तुमचा आराम करण्याच्या वेळेचाही योग्य उपयोग करू शकाल आणि तुमच्या कामात रुची निर्माण होईल.

अशा प्रकारे कल्पना करून ज्या कामासाठी आधी तुम्हाला १० मिनिटे लागत होती ते आता ९ मिनिटांत पूर्ण होईल. मग कोणतंही काम तुम्ही आनंदाने कराल आणि त्यामध्ये एक नवीनच आव्हान असेल. शिवाय तुम्हाला तुमचाच विक्रम मोडायचा असल्याने तुमची स्वत:शीच स्पर्धा असेल.

तसं पाहिलं, तर आपलाच विक्रम मोडणं ही किती लहानशी बाब आहे! कारण स्वत:लाच आव्हान देण्यातही एक प्रकारची गंमत आहे. जसं, आज मी एकाच हाताने कामे करेन, आज मी एकाच हाताने मोजे घालेन, आज मी भांडी घासण्याचे काम एका हाताने आणि कमी वेळेत पूर्ण करेन इत्यादी. मग एक हात मागे बांधून एका हाताने ही कामं करण्याचा प्रयत्न करा. कदाचित यात वेळ जास्तही लागू शकेल मात्र अशा प्रकारे

नवीन प्रयोग केल्याने तुम्हाला आनंद मिळेल आणि काम करताना कोणत्या अडचणी येतात, हे लक्षात येईल आणि त्याचा आनंदही मिळेल. लहान मुले अनेकदा असे वेगवेगळे प्रयोग करत असतात, मात्र मोठे झाल्यावर ते सगळं विसरून जातात.

मोठे झाल्यावरही तुम्ही लहान मुलांप्रमाणे वेगवेगळे प्रयोग करून काम करण्याचे भिन्न मार्ग शोधले, तर सुस्तीतून मुक्ती मिळवण्यात तुम्ही यशस्वी व्हाल. जसं, जी कामं तुम्ही करत असता त्या छोट्या छोट्या कामांना नंबर द्या. एक- तुम्ही स्वयंपाकघरात काम करत आहात आणि एखादी गोष्ट उचलून दुसऱ्या ठिकाणी ठेवलीत, दोन- साफसफाई केली, तीन- हॉलमध्ये गेलात, चार- स्वयंपाकघरात आलात, पाच- खुर्चीवर बसलात. अशा प्रकारे क्रमांक देऊन जर तुमची सगळी कामं शंभर आकड्यापर्यंत पूर्ण झाली, तर दुसऱ्या दिवशी तीच कामं वेगळी कल्पना लढवून कमी वेळेत पूर्ण करता येतील का? किती क्रमांक दिल्यानंतर काम पूर्ण होते ते बघा. अशा प्रकारे हसत्याखेळत्या वातावरणात तुम्ही सुस्तीला पळवून लावाल, चपळता अंगी बाणवाल, तुमचे काम कमी वेळेत पूर्ण करू शकाल. अशा तऱ्हेने सर्जनशीलता आत्मसात करून आपलं काम आवडीचं बनवा आणि आळसाला उत्साहामध्ये बदलून टाका.

अध्याय १७

कार्य पूर्ण करण्याच्या चार पद्धती

आळसातून मुक्तीचं अकरावं पाऊल

आळसापासून मुक्ती मिळविण्याच्या या पावलावर आपली कामं पूर्ण करण्याच्या चार पद्धती सांगितल्या आहेत.

पहिली पद्धत – कामांची एफ.डी. (फ्यूचर डायरी) करा

कामांची एफ.डी. करणे म्हणजे 'फ्यूचर डायरी' तयार करणे. 'आज तुमच्यासाठी कोणतंही काम नाही, शिवाय पुढेही आपल्याला काही काम राहणार नाही' असं जर तुम्हाला कोणी सांगितलं तर ते ऐकून किती आनंद होईल बरं! पण हे कसं शक्य आहे? हो, निश्चितच आहे. कसं ते पाहूया.

यासाठी तुम्हाला तुमची फ्यूचर डायरी तयार करायची आहे आणि सगळी कामं त्यात लिहायची आहेत. त्यानंतर मी माझ्या कामांची एफ.डी. केली असून ती सर्व कामं मला भविष्यात करायची आहेत, असं स्वत:ला सांगा. मग तुम्ही निवांत होऊन जाल. आपल्याला खूप कामं करायची आहेत या विचारानेच तुम्ही सुस्तावले जाता. सकाळी उठून आज खूप कामं करायची आहेत असा विचार केल्याने तुमची ऊर्जा कमी होते.

ऑफीसचा सी.ई.ओ. मॅनेजर यांच्या डोक्यात कायम हाच विचार असतो, की

आज खूप काम आहे. हा विचारच मनात तणाव आणि आळस निर्माण करणारा असतो पण जेव्हा आपण सगळी कामं फ्यूचर डायरीमध्ये लिहितो तेव्हा निश्चिंत होतो. मग या डायरीतील एखादं काम तर आपण निश्चितच करू शकतो, केवळ या विचारानेही कामांची सुरुवात होऊ शकते.

मी निवांत असल्याने एखादं-दोन कामं करूनच टाकतो असा विचार करून ते काम करायला सुरुवात करा. कामं डायरीमध्ये लिहिल्याने डोकं रिकामं होईल. जेव्हा डोक्यात जास्त विचार असतात तेव्हा थोडं कामही खूप वाटतं. मग आता हे काम झालं नाही... ते काम झालं नाही... आणखी अमुक होणं बाकी आहे... तमुक करायचं आहे इत्यादी विचार सुरू राहतात. फ्यूचर डायरीमध्ये सगळी कामं लिहिल्यानंतर तुम्ही निवांतपणे ती कामं करण्यास सुरुवात करता.

जे काम तुम्ही शांतपणे करता त्याची गुणवत्ता निश्चितच बदलते. अन्यथा खूप काम आहे हा विचार करूनच आपल्यात आळस निर्माण होऊ लागतो. आपली कार्यक्षमता कमी - कमी होत असल्याचे व्यक्तीच्या लक्षातही येत नाही. कारण तो सगळी कामं डोक्यात घेऊनच फिरत असतो. ती कागदावर उतरवून रिकामं झालं नाही तर ही कामं विसरण्याची दाट शक्यता असते. आपली कामं कागदावर लिहिल्यानंतर तुम्ही निश्चिंत होता कारण सगळं लिखित स्वरूपात असल्याने काही विसरण्याची चिंताही राहत नाही.

मग जेव्हा त्यातलं एखादं काम तुम्ही करता, तेव्हा त्यांना नकळत वेग येतो. तुम्ही आळसातून बाहेर येता आणि कामांना गती मिळते. त्यामुळे जे काम १० लोक मिळूनही करू शकले नसते, ते पार पडते. काम करण्याची ही पद्धत तुम्ही योग्य प्रकारे समजून घ्या जेणेकरून तुमच्यावर कामाचा ताण राहणार नाही. तुम्ही निश्चिंत राहाल तसेच अतिशय सहजपणे काम कराल. हे करताना आपण काही केलं किंवा याचं फळ आपल्याला काय मिळणार यामध्ये न अडकता काम होत राहील.

जेव्हा एखादं काम तुम्ही मुक्तपणे, कोणत्याही विरोधाशिवाय कराल तेव्हा त्यामध्ये ऊर्जा असल्याचं तुम्हाला जाणवेल. अन्यथा सतत कामांविषयीच विचार असेल, तर तुमची ऊर्जा विनाकारण खर्च होत राहील आणि तुम्हाला खूप दु:ख होईल.

जसं, एखादा दुकानदार जेव्हा तुमच्याकडून एखाद्या वस्तूची जास्त किंमत घेतो, तेव्हा तुम्हाला त्या वस्तूची किंमत तुम्हाला माहीत नसते, पण नंतर जेव्हा त्या वस्तूची किंमत कळते तेव्हा आपल्याला दु:ख होते. याचप्रकारे जी ऊर्जा विनाकारण खर्च होते त्याचा आपण कधीही विचार करत नाही. त्यामुळे सगळी कामं डोक्यात घेऊन फिरू

नका, ती डायरीमध्ये उतरवा आणि वेळेनुसार पूर्ण करत जा. अशाप्रकारे आपल्या कामांची एफ.डी. बनवली तर आळस येण्याआधीच तुमच्या ऊर्जेचा योग्य उपयोग होईल.

दुसरी पद्धत – काम करत नसाल तर इतरही काही करू नका

जेव्हा काम करण्याची इच्छा नसेल तेव्हा स्वत:ला सांगा, की काम भलेही करु नकोस पण मग इतरही काही करू नको. कारण लोक अनेकदा काम टाळण्यासाठी काही ना काही कारणं शोधतात आणि टीव्ही, मोबाईल गेम अशा मनोरंजनाच्या गोष्टींमध्ये रमतात. त्यामुळे स्वत:ला बजावा, काम करू नकोस पण मग इतरही काही करु नको. फक्त बसून राहा.

अनेकदा आई-वडील हे तंत्र आपल्या मुलांसाठी वापरतात. मूल जेव्हा अभ्यास सोडून दंगा करतं, त्यांचं ऐकत नाही, तेव्हा ते मुलाला उचलून स्टूलवर बसवतात आणि सांगतात, 'अभ्यास करायचा नाही तर इथेच बसून राहा, अजिबात हलायचं नाही.' मग मुलाचा दंगा बंद होतो. थोडा वेळ मूल शांत बसून इकडे-तिकडे पाहत राहते. त्यानंतर जेव्हा त्याला कंटाळा येतो, तेव्हा तो म्हणतो, 'ठीक आहे, आता मी गृहपाठ करतो.'

अगदी अशाच प्रकारे जेव्हा तुमचं मन काम करण्याकडे दुर्लक्ष करतं, तेव्हा त्याला इतरही काही करू देऊ नका. स्वत:ला असंच लहान मुलासारखं एका ठिकाणी शांत बसवून ठेवा. त्यामुळे मन थोड्या वेळाने ते काम करायला तयार होईल. तुमची अर्धवट कामं पूर्ण होतील आणि आळसही पळून जाईल.

तिसरी पद्धत – मोठी कामं करा पण विभाजन करून

या पद्धतीत तुम्ही 'मोठी कामं करा पण त्याचे छोट्या छोट्या भागात विभाजन करून मगच करा.' तसं पाहिलं, तर आळस हा मोठा गहन विषय आहे, मात्र लहान-लहान भागात त्याचं विभाजन करून त्याविषयी तुम्हाला येथे सांगितलं जात आहे.

अनेकदा मोठं काम पाहून मन कारणं शोधायला लागतं. 'हे इतकं मोठं काम आहे... माझ्याच्याने कसं होणार... नंतर कधीतरी पाहू... या कामात खूप वेळ जाईल... यापेक्षा इतर कामं आधी मार्गी लावू...' इत्यादी.

पण तुम्हाला जर २०० पानांचं पुस्तक वाचायचं असेल तर पहिल्यांदा हाच विचार मनात येईल, हे काम करायला भरपूर वेळ लागेल... माहीत नाही पुस्तक कधी पूर्ण होईल... इत्यादी. पण जेव्हा आपण हे काम लहान लहान तुकड्यात विभागून घ्याल आणि नियमितपणे एक पान किंवा प्रकरण वाचाल, तेव्हा पूर्ण पुस्तक वाचून कधी

झालं, हे सुद्धा लक्षात येणार नाही. मन आधी मोठी कामं टाळतं, त्यामुळे कोणतंही काम मोठं वाटेल तेव्हा ते लहान-लहान भागात वाटून पूर्ण करा.

चौथी पद्धती - साफसफाईकडे लक्ष द्या

कामं पूर्ण करण्याची चौथी पद्धत म्हणजे साफसफाई. जेव्हा तुम्ही घराच्या कोणत्याही खोलीत जाता आणि तेथे पाहता, की त्या ठिकाणी सर्वत्र वस्तू पसरलेल्या आहेत तेव्हा तुम्हाला कसं वाटतं बरं? याचप्रमाणे जेव्हा तुम्ही ऑफीसमध्ये जाता आणि तेथे पाहता, की तुमच्या टेबलवर सर्व गोष्टी अस्ताव्यस्त आहेत, तेव्हा अशा वातावरणात तुमचं मन कामात लागेल का? नाही, तुम्ही म्हणाल, पहिल्यांदा ही खोली आणि टेबल साफ करू या. अन्यथा अस्ताव्यस्त पडलेल्या वस्तू पाहून तुम्हाला आळस येईल. मात्र ऑफीस किंवा घरात सगळ्या गोष्टी जागच्या जागी असतील, टेबल साफ असेल, तर काम करण्याची प्रेरणा मिळते आणि कामात वेग येतो. लहान मुलांची खोली, अभ्यासाचं टेबल साफ असेल, तर त्यांना अभ्यास करण्याची इच्छा होते.

त्यामुळे घर असो किंवा ऑफीस, जिथे तुम्ही काम करता तिथे प्रत्येक गोष्ट जागच्या जागी असेल, त्या ठिकाणी योग्य ती स्वच्छता असेल याची काळजी घ्यायला हवी म्हणजे तुमच्या कामात उत्साह राहील. यासाठी एक सोपे सूत्र लक्षात ठेवा, *प्रत्येक वस्तूसाठी एक निश्चित जागा करा आणि ती वस्तू त्याच जागेवर ठेवा, याची काळजी घ्या. वाचायला हे सूत्र तुम्हाला अतिशय सामान्य वाटेल, मात्र त्याचे फायदे बघून आश्चर्यचकित व्हाल.*

जर, तुम्ही विचार करत असाल, की प्रत्येक गोष्ट जागेवर कशी ठेवता येईल? घाईगडबडीत काही वस्तू इकडे-तिकडे ठेवल्या जातात. प्रत्येक गोष्ट जागेवर ठेवणं शक्यच नाहीये. तर या सूत्रात थोडा बदल करा, की *जास्तीत जास्त गोष्टी ठरावीक ठिकाणीच असतील.*

काम झाल्यावर जेव्हा ती वस्तू तुम्ही ठरावीक जागेवर ठेवता, तेव्हा पुढच्या वेळी गरज पडल्यावर ती वस्तू तुम्हाला सहजतया सापडते. त्यासोबतच वेळेवर गोष्टी न मिळाल्याने तुमची जी चिडचिड होते ती होणार नाही. यामुळे तुमच्या आजुबाजूचे वातावरणही चांगले राहील आणि तुमची काम करण्याची क्षमता वाढेल.

घरात किंवा ऑफीसमध्ये, जेव्हा आपल्या आसपास गोष्टी अस्ताव्यस्त पसरलेल्या असतात तेव्हा नकळत आपल्यात आळस येतो. शिवाय ही इतकी लहान गोष्ट आहे,

की आपल्यात सुस्ती केव्हा प्रवेश करते, हेदेखील आपल्याला समजत नाही. ज्याप्रमाणे लोणचे पाहिल्यावर आपल्या तोंडाला पाणी सुटते, त्याचप्रमाणे त्या अस्ताव्यस्त गोष्टी पाहून आपल्या आत आळसाचे किटाणू वळवळायला लागतात. ही आपल्या शरीरात होणारी एक सहज प्रक्रिया आहे. त्यामुळे जागरूक राहून कामं पूर्ण करण्यासाठी तुम्हाला हा मार्ग अवलंबावा लागेल.

या प्रकरणात दिलल्या चारही पद्धतींचा उपयोग करून तुम्ही सुस्तीतून मुक्त होऊ शकता.

अध्याय १८

वेळ न मिळणारी कामं कशी पूर्ण कराल
आळसातून मुक्तीचं बारावं पाऊल

या पावलामध्ये आपल्याला आपल्या दिवसाचा एक तास ब्लॉक करायला शिकायचं आहे. काही लोकांना वाटतं, वेळ कमी आहे म्हणून आपली कामं होत नाहीत. मात्र हे केवळ वरवरचं कारण आहे. आपल्या जीवनात महान कार्य करणाऱ्या आणि एखादी मोठी गोष्ट साध्य करणाऱ्या लोकांचा दिवस जसा २४ तासांचाच असतो तसाच आपलाही असतो. मग त्याच वेळात ते इतकं महान कार्य कसं बरं करू शकतात? मग ते जर करू शकतात तर आपण का नाही? हे पाऊल समजून घेण्याआधी आपण एक उदाहरण बघूया.

एक कुटुंब चार खोल्यांच्या घरात राहत असते. काही कारणांमुळे त्यांना जास्त पैशांची आवश्यकता भासते. अशा वेळी ते आपल्या चार खोल्यांपैकी एक खोली भाड्याने देतात. त्याच घरात राहून ते एक खोली कमी वापरतात. आता विचार करा, एक खोली जरी भाड्याने दिली तरी त्या घरातील लोक जगतातच ना? ते त्याच पद्धतीने जगतात जसे ते आधी जगत होते.

तुम्हालाही या गोष्टीचा अवलंब करायचा आहे. समजा आपल्याकडे २४ तासांऐवजी २३ तास असते तर काय झालं असतं? मग विश्वाचा विकास झाला नसता

का? सगळं तसंच असतं ना, जसं पूर्वी होतं. तुमची सगळी कामं झाली असती, विकास झाला असता. जर दिवसात २५ तास असते तरी २३ तासांत जितकी कामं होतात तितकीच झाली असती.

आता तुम्हालाही तुमच्या दिवसातील एक तास ब्लॉक करायचा आहे, भाड्याने द्यायचा आहे. हा एक तास तुमच्यासाठी नाहीच, असं समजायचं आहे. तरी तुमची सगळी कामं २३ तासांत पूर्ण होतील आणि तुमच्याकडे एक तास उरेल. या एका तासात तुम्हाला ती कामं करायची आहेत, जी करणे तुम्ही अनेकदा टाळता. अशा प्रकारे आपल्या दिनक्रमानुसार कोणताही एक तास स्वतःसाठी निश्चित करा. असं वर्षभर केलं, तर वर्षाच्या शेवटी लक्षात येईल, अशी कितीतरी कामं पूर्ण झाली, जी तुम्ही क्वचितच केली असती.

जो एक तास तुम्ही ब्लॉक केला आहे तो तुमच्या आयुष्यात नाहीच असं समजून चाललात तर तुमचं आयुष्य थांबेल का? तुम्ही जगू शकणार नाही? नक्की जगू शकाल. वास्तविक मनाची ही सवय असते, की तुम्ही त्याला जितका वेळ द्याल तितक्या वेळेत तो तुमची कामं पूर्ण करेल. जर एखाद्याला सकाळी तयार होण्यासाठी एक तास लागत असेल आणि त्या व्यक्तीने ठरवलं, की मला अर्ध्या तासातच तयार व्हायचं आहे, तर ती व्यक्ती अर्ध्या तासातही तयार होऊ शकते.

यासाठी स्वतःला माझ्या दिवसात २३ च तास आहेत, हे सांगायला सुरुवात करा. मग जे काम करण्यासाठी तुम्हाला वेळ मिळत नव्हता ते काम या राहिलेल्या एका तासात करून टाका. जसं, उत्तम आरोग्यासाठी व्यायाम करणे, ध्यानधारणा करणे, मागची काही अर्धवट कामं पूर्ण करणे इत्यादी. अशा प्रकारे तुम्ही स्वतःचा विकास करण्याबरोबरच तुमच्या आळसातूनही मुक्त व्हाल.

अध्याय १९

थकण्याआधी आराम, आळस येण्याआधी काम

आळसातून मुक्तीचं तेरावं पाऊल

आळसापासून मुक्ती मिळवण्यासाठीच्या या पावलात तुम्हाला आणखी एक सूत्र लक्षात ठेवायचं आहे. ते म्हणजे 'थकण्याआधी आराम, आळस येण्याआधी काम.' कारण शरीर थकले तर मनाला काम न करण्याचे एक कारण मिळते. ही सबब मिळू नये म्हणून शरीराला काही काळ विश्रांती देणे आवश्यक असते. ज्यांना शरीराला कार्यरत कसं ठेवायचं हे माहीत असतं, ते थकण्याआधीच त्याला आराम देतात.

विज्ञानासमोर प्रश्न होता, की हृदय मिनिटाला ७० वेळा धडकते, तरीही ७० वर्षांहून अधिक कसे जगते, ते थकत का नाही? पोट वर खाली होतं तर पोट कधी थकत का नाही? आपण नेहमी ऐकतो, की हात दुखतात, पाठ दुखते मात्र पोट थकलंय असं आपण कधी ऐकत नाही. कारण पोटाची दोन्ही कामं एकत्र होतात. कामही होतं आणि आरामही होतो. हृदय उघडते आणि बंदही होते. काम आणि आराम दोन्ही एकत्रच होतात. आकुंचन-प्रसरण या दोन्ही क्रिया होत असल्याने आराम आणि काम दोन्ही एकत्रच होते. तसेच पोट वर येते आणि आतही जाते याचाच अर्थ, ते कामही करतं आणि आरामही करतं. थकायच्या आधीच आराम करून घेतं. व्यक्तीच्या बाबतीतही असंच व्हायला हवं, तिला थकण्याआधी आराम मिळायला हवा.

थकण्याआधी आराम करणे म्हणजे कुऱ्हाडीला धार लावण्यासारखं आहे. ज्याप्रकारे कुऱ्हाडीने वस्तू कापल्या जातात, मात्र हळूहळू त्याची धार कमी होत जाते. त्यामुळे दीर्घकाळ गोष्टी सहज कापल्या जाव्यात यासाठी तिला अधूनमधून धार लावणं आवश्यक असतं. त्याचप्रमाणे काही काळ आराम करून ऊर्जा मिळवल्यास शरीर अधिक काळ कार्यशील राहू शकतं. आरामाची वेळ म्हणजे शरीराला धार लावण्याची वेळ असते. मात्र जास्त आराम करायला लागलो, तर आपल्याला तेच चांगलं वाटतं आणि काम करण्याची इच्छा होत नाही. त्यामुळे आळस येण्याआधी पुन्हा कामाला सुरुवात करणं महत्त्वपूर्ण असतं.

आराम आणि काम या दोन्हींमध्ये संतुलन राखण्याची कला शिकणे आवश्यक आहे. त्यामुळे तुम्ही आयुष्यात बऱ्याच गोष्टींची निर्मिती करू शकाल. त्याचबरोबर आळसावरही मात करू शकाल.

अध्याय २०

सुस्ती आणणारे विचार कसे रोखाल
आळसातून मुक्तीचं चौदावं पाऊल

या पायरीमध्ये सर्वांत आधी तुम्हाला विचार - संचार नियम समजून घ्यायचा आहे. या नियमानुसार, आपल्यात जसे विचार सुरू असतात, तसाच संचार आपल्या शरीरात होत असतो.

हा नियम समजून घेत असताना, आळस आणणारे विचार कसे थांबवायचे हे शिकायचं आहे. हे शिकण्याआधी, कोणत्या प्रकारच्या विचारांचा आघात आपल्यावर होतो हे समजून घेतलं पाहिजे.

जसं, घड्याळ एका मिनिटात साठ वेळा टिकटिक करतं. आता या घड्याळाला जर विचार करता आला असता, तर मला एका मिनिटांत साठ वेळा टिकटिक करावे लागते असा त्याने विचार केला असता का? म्हणजे पूर्ण दिवसभरात मला एक हजार चारशे चाळीस वेळा टिकटिक करावे लागेल? आणि हाच विचार करून त्या घड्याळाला ताण येऊन त्याने टिकटिक करणेच बंद केलं असतं, तर काय होईल बरं?

सकाळी उठताच बहुतेक लोकांना हा विचार येतो, की आज आपल्याला इतकं काम पूर्ण करायचं आहे. मग हा एकच विचार आपल्या शरीरातील सगळी ऊर्जा खेचून

घेतो. अशा लोकांना ती कामं पूर्ण करताना अनेक अडचणी येतात, त्यामुळे असे विचार करणं थांबवायला हवं.

आपल्या शब्दांची गती दुप्पट करणे, आपल्या शब्दांना विचारांच्या गतीपेक्षा दुप्पट करणे, हे विचारांना ब्रेक लावायचे तंत्र आहे.

एमील कुए नामक फ्रेंच मनोचिकित्सकाने या पद्धतीचा शोध लावला होता. जेव्हा आपण स्वतःलाच वारंवार आत्मसंदेश देतो तेव्हा आपले बाह्यमन त्यात कोणत्याही प्रकारचा व्यत्यय आणत नाही. त्यामुळे आपले आत्मसंदेश कोणत्याही प्रकारच्या अडथळ्याशिवाय अंतर्मनापर्यंत पोहोचतात. एमील कुए यांनी स्वतः या शोधाचा लाभ घेतला. त्यांच्याकडे जे रुग्ण येत त्यांच्याकडून पैसे न घेता ते उपचार करत असत.

जेव्हा एखादा रुग्ण त्यांना सांगत असे, माझा हात दुखत असल्याने हात वर करू शकत नाही, तेव्हा ते त्यांला सांगत, हात जितका वर उचलता येईल तितका वर उचला. जेव्हा तो रुग्ण हात वर उचलत असे तेव्हा ते त्याचा हात पकडून त्या रुग्णाला सांगत, 'मनातल्या मनात हा विचार करा, की तुमचा हात वर उचलला जात आहे...वर जात आहे...आणि काही वेळासाठी हे वारंवार उच्चारल्याने हात वर गेला असं म्हणत हात वर उचला.'

आजूबाजूला बसलेले रुग्णदेखील हे पाहत असतं. डॉक्टरांनी रुग्णाचा दंड पकडून धरला आहे आणि रुग्ण सतत म्हणतोय, हात वर उचलला जात आहे... वर जात आहे... मग डॉक्टर कुए रोग्यांचा हात वर उचलून धरत असत. शेवटी रोग्याचा हात खरंच वर उचलला जात असे आणि इतर लोक हे आश्चर्य बघत असतं. त्यामुळे इतर लोकांमध्ये मी पण बरा होऊ शकतो, माझ्याही वेदना दूर होऊ शकतात, असा आत्मविश्वास निर्माण होत असे. यामागे हाच उद्देश होता, की आत्मसंदेश अंतर्मनापर्यंत पोहोचला पाहिजे..

Day by day in every way, I am getting better and better या सुप्रसिद्ध ओळी त्यांच्याच आहेत. याचा अर्थ असा आहे, की दिवसागणिक, मी सर्व मार्गांनी उत्तम होत आहे आणि माझं जीवनदेखील सर्वोत्तम होत आहे. एमील कुए यांनी आत्मसंदेशाच्या या पद्धतीद्वारे बऱ्याच रुग्णांना बरं केलंय.

आपल्या शरीरातील आळस दूर करण्यासाठी तुम्ही या पद्धतीचा वापर करू शकता. आपले आत्मसंदेश असे बनवा, जे वारंवार उच्चारल्याने अंतर्मनापर्यंत पोहोचतील आणि आळस आणणाऱ्या विचारांना आपण रोखू शकाल.

जे लोक सकाळी लवकर उठू शकत नाही, त्यांनी या तंत्राचा अवश्य उपयोग करावा. स्वतःला सूचना द्यावी, 'मी लवकर उठू शकतो... मी हे काम करू शकतो...' त्यानंतर आपण बघाल, आपल्या शरीराद्वारे हे होऊ लागेल. अशा प्रकारच्या आत्मसूचनांमुळे मनाच्या शक्ती कार्यरत होतात आणि आपण सुस्तीतून मुक्त होतो.

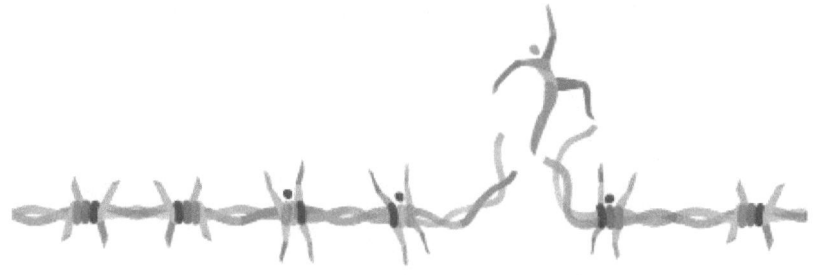

खंड ३
सकाळी लवकर उठण्यासाठीचे तंत्र

काम करण्याचे जे थोडंफार ज्ञान आहे, ते आळशी ज्ञानापेक्षा मूल्यवान असतं.
- खलील जिब्रान

काहीही कठीण नाही, केवळ आपण आळशी होत चाललोय.
- बेंजामिन हेडन

आळशीपणा हा असा मृत सागर आहे,
जो सगळ्या सद्गुणांना गिळंकृत करतो.
-बेंजामिन फ्रँकलिन

अध्याय २१

स्वतःला एक ठोस कारण द्या
सकाळी लवकर उठण्याची पहिली पद्धत

तुम्ही सकाळी झोपेतून उठता तेव्हा तुम्हाला वेगवेगळ्या प्रकारच्या आळसाचे दर्शन होते का? तो आळशीपणा तुमच्या संपूर्ण शरीरात प्रवेश करतो... तुमच्यावर हावी होतो... एक आळशी व्यक्ती, मग तो पुरुष असो किंवा स्त्री, ती व्यक्ती झोपेतून कशी उठते? सर्वप्रथम मुलायम, सुख-सुविधा असलेल्या बिछान्यातून लवकर उठण्याचे कोणतेही ठोस कारण तिच्याजवळ नसते.

डोळे उघडताच तिच्या मनात पहिला विचार येतो, मला अजून प्रसन्न का वाटत नाहीये? चला, थोडा वेळ आणखी झोपू यात.

असं आपल्यासोबत होऊ नये म्हणून रात्री झोपताना आपण स्वतःला सकाळी उठण्याचे एक ठोस कारण दिले पाहिजे. उद्या सकाळी या कारणासाठी आपल्याला लवकर उठायचं आहे. जसं, सहलीला जायचं आहे, सकाळी मुलांची शाळा आहे किंवा डबा तयार करायचा आहे... असा विचार करून जे लोक रात्री झोपतात, ते अगदी सहजरीत्या सकाळी लवकर उठू शकतात. तात्पर्य – जर रात्री झोपताना तुम्ही स्वतःलाच सकाळी लवकर उठण्याचे सबळ कारण सांगून झोपलात, तर उठल्यानंतर तुम्हाला ते कारण आठवेल आणि त्यामुळे सकाळी लवकर उठणे सहज शक्य होईल.

आपली झोप पूर्ण झाल्यावर मनुष्य स्वतःच लवकर उठतो, परंतु रात्री झोपताना तो स्वतःला दुसऱ्या दिवशी लवकर उठण्याचे ठोस कारण देऊ शकत नाही. जसं, मला झोपेतून लवकर का उठायचे आहे, तेव्हा तिला झोपेतून उठण्याचे कोणतेही ठोस कारण मिळत नाही. जी व्यक्ती या गोष्टीचं महत्त्व जाणते, ती म्हणेल, जर मी लवकर उठण्याचे ठोस कारण देऊ शकले असते, तर सकाळी लवकर उठून माझी कामं कशी पार पडत आहे... पूर्ण होत आहेत... हे सगळं कसं प्रसन्नतापूर्ण वातावरणात होत आहे, याचा आनंद घेतला असता.

आपण जर आपल्या अंतर्मनाला सकाळी लवकर उठण्याचे एक ठोस कारण देऊ शकलो, तर सकाळी लवकर उठणे हे आपल्याला सहज शक्य होईल. तसेच सकाळी लवकर उठल्याने प्रसन्न चित्ताने तुम्ही सगळी कामं पूर्ण करू शकाल. आळस किंवा सुस्ती येत आहे असं जरी जाणवलं तरी तुम्ही तुमची सगळी कामं वेळेत पूर्ण करू शकाल.

तुम्ही जर स्वतःला सकाळी लवकर उठण्याचे ठोस कारण देऊ शकला नाहीत किंवा झोपताना अनेक प्रकारच्या चिंता, विचार मनात बाळगून टी.व्ही. पाहत झोपलात, पत्ते व इतर खेळ खेळत झोपलात तर तुम्हाला सकाळी लवकर उठण्याचे कोणतेही ठोस कारण मिळणार नाही. मग व्यक्ती असा विचार करेल, मी अंथरूण का सोडू? मात्र हे मनाचे खेळ असतात.

आळशी व्यक्तीला सकाळी लवकर उठून अंथरुणामधून बाहेर पडण्यासाठीचे कोणतेच ठोस कारण सापडत नाही. त्या वेळी आळशीपणामुळे, त्याचे शरीर आणि मेंदू इतके सक्रिय नसतात, की ते लवकर उठण्याचा विचार करू शकतील. मग हळूहळू आळशी व्यक्तींची तंद्री पूर्ण होते व ते झोपेतून उठतात. अशा वेळी आळशी व्यक्ती आपल्या घरातील वस्तूंकडे पाहते तेव्हा तिला त्या वस्तू अस्ताव्यस्त पसरलेल्या दिसतात. रात्री झोपताना त्या व्यक्तीने जे काही काम केलेलं असतं, त्या सगळ्या वस्तू इतस्ततः पसरलेल्या असतात. घरातील हा सगळा अव्यस्थितपणा पाहून तिच्या मनात विचार येतो, या सगळ्या अस्ताव्यस्त पडलेल्या वस्तू आवरून जागेवर ठेवायला हव्यात... त्याबरोबरच ऑफिसला जायची तयारी करायची आहे... स्वयंपाकाची तयारी करायची आहे इत्यादी.

यानंतर ती आळशी व्यक्ती क्रियाशील होण्यासाठी रेडियो, टी. व्ही, मोबाईल, कॉम्प्युटर, मायक्रोवेव्ह किंवा गिझर सुरू करते. जेव्हा यातील एखादे यंत्र नीट काम करत

नाही तेव्हा तिला आठवतं, 'अरे, किती दिवसापासून ही वस्तू खराब झाली आहे, ही दुरुस्त करायची होती पण केलीच नाही.' मग तिला काम पूर्ण न करण्याची ग्लानी येते. अशा अवस्थेत त्या व्यक्तीचे मन काम पूर्ण न केल्याचे काही ना काही कारण शोधते, ज्याने ती व्यक्ती एकदम निश्चिंत होते.

असे केल्याने त्या व्यक्तीचे मन शांत होते पण काम तर अपूर्णच राहते. परंतु आपण जर सकाळी लवकर उठलो, तर कामंही पूर्ण होतात आणि मनदेखील शांत राहते.

अध्याय २२

वेळेवर उठण्याचे लाभ
सकाळी लवकर उठण्याची दुसरी पद्धत

सकाळी जर आपण घडळ्याचा अलार्म बंद करत असाल, तर आपण आपली मौल्यवान वेळ वाया घालवत आहात, हे लक्षात ठेवा.

शिवाय ती वेळ परत येणार नाही, इतिहास बनेल. प्रस्तुत प्रकरणात दिलेले लाभ समजून घेऊन स्वतःला सकाळी लवकर उठण्यासाठी प्रेरित करा.

१. सत्य उद्देशाचं आकलन करणं

आपल्याला जीवनाच्या परम लक्ष्याचं ज्ञान होतं, तेव्हा लवकर उठण्यासाठी कोणतीही अडचण भासणार नाही. मनुष्यजीवनाचा एकमेव उद्देश म्हणजे आत्मसाक्षात्कार प्राप्त करणे आणि त्यायोगे ईश्वरीय गुणांची अभिव्यक्ती करणे हा आहे. त्यासाठी आपलं मन अकंप, प्रेमन, निर्मळ व आज्ञाधारक घडवायचं आहे... आत्मसाक्षात्काराच्या दिशेने प्रगतीचं पाऊल टाकायचं आहे... संपूर्ण विश्वात प्रेम, आनंद आणि मौनाचाच प्रसार करायचा आहे.

काही लोक सुरुवातीला नवीन लक्ष्य ठरवतात खरं, पण त्यावर ते ठाम राहत नाहीत. कालांतरानं आपलं उद्दिष्ट विसरतात, जे त्यांच्या मनावर बिंबलेलं नसतं. एखाद्या

ध्येयपूर्तीसाठी जर आपण प्रयत्नशील असाल, तर विनाकारण कष्ट न घेता त्यातून बाहेर पडण्याकरिता जिज्ञासू बनून स्वतःला विचारा, 'माझ्या जीवनाचं अंतिम लक्ष्य काय आहे?' या लक्ष्याची पूर्तता करण्यात जर आपण यशस्वी झालो, तर त्यातून स्वतःसाठी, सभोवतालच्या लोकांसाठी आणि समस्त जगासाठी मी नेमकं काय करणार आहे? असा सातत्याने विचार केल्यास किमान सकाळी वेळेवर उठण्यात काहीही अडचण येणार नाही.

२. अधिक उपयुक्त

लवकर उठण्यास उद्युक्त होण्यासाठीचं आणखी एक सबळ कारण म्हणजे आपली उपयुक्तता अधिक वाढविणं होय. सकाळी लवकर उठण्याने जो जास्त वेळ आपल्याला कामासाठी उपलब्ध होईल, त्याने आपल्या दिवसाची सुरुवात सुरेख होईल. त्याशिवाय जेव्हा लवकर उठून आपण त्वरेने कामाला लागाल, तेव्हा आपल्याला काही विशेष, अद्भुत भावनांची प्रचिती येईल. त्याचा खरा प्रत्यय आपणास लवकर उठून कामाला लागू तेव्हाच येईल. ही उपयोगिता पारखण्याची आणखी एक कसोटी म्हणजे आपण उठल्यानंतर हाती घेतलेलं कार्य कितपत उपयुक्त आहे, त्याचं काही वाढीव मूल्य आहे का, याचा विचार करावा, म्हणजे त्यातून आपण नेमकं काय साध्य करू इच्छितो, हे लक्षात येईल.

आपण कोणतंही काम हाती घ्याल, तेव्हा ते तडीस नेण्याचा, योग्य रीतीने पार पाडण्याचा निश्चय करा व तसे जोरदार प्रयत्न करा तरच आपण स्वतःची विश्वासार्हता सिद्ध करू शकाल. एखादा निर्णय घेऊन आपण जेव्हा ते काम पार पाडतो, तेव्हा त्या यशाबरोबरच आंतरिक पूर्णत्वाचीही जाणीव होते.

३. प्रेरणादायी बनणे

आपल्याला जी गोष्ट प्रेरणादायक वाटते, तिला मूर्त स्वरूप देण्यासाठी जागृती आवश्यक आहे. परिणामी अशी कोणती गोष्ट आपल्याला बिछाना सोडण्यास प्रवृत्त करते, याचा मागोवा घ्या. असं कोणतं काम असेल, जे आपल्याला स्वतःचं अस्तित्वसुद्धा विसरायला भाग पाडतं? कोणती गोष्ट आत्यंतिक प्रेरणादायी आहे, जी आपल्याला बिछान्यावर लोळत पडण्याचा विचारही मनाला शिवू देत नाही. आपल्या मनाला विचारा, 'अशी कोणती गोष्ट आहे, जी मला आवेश आणि पूर्ण उत्साहानं कार्यप्रवृत्त करते, ती उत्तेजना माझ्या कामासाठी सिद्ध करते?' ज्याने मला कार्यपूर्ततेचा आनंद व प्रेरणा मिळते. आता ती मी पूर्ण करणारच.'

या जगातील प्रत्येक व्यक्ती वेगवेगळी वैशिष्ट्ये घेऊन जन्माला आलेली असते.

म्हणूनच अत्युच्च असा अंतिम उद्देश साध्य करण्याची प्रत्येकाची प्रेरणाशक्ती, स्थळ या गोष्टी स्वाभाविकपणे वेगळ्या असतात. आपण आपल्यासमोर जर खूप मोठं महत्त्वाकांक्षी ध्येय ठेवलंत आणि प्रयत्नांची पराकाष्ठा करूनही त्यात प्रगती झाली नसेल, तर ते काम अपूर्ण सोडून मध्येच पराभूत मनोवृत्तीचे शिकार बनाल. असं आपल्याबाबतीत घडतंय का? हे जाणून घेण्यासाठी आपली प्रेरणाशक्ती पुन्हा तपासून पाहा.

४. अमूल्य वेळेचा अपव्यय

अतिझोपेमुळे होणाऱ्या दुष्परिणामांकडे दुर्लक्ष करून चालणार नाही. विचार करा, दिवसाकाठी फक्त ३० मिनिटं जरी आपण जास्त झोपत असलो, तर एका वर्षाच्या काळात १८० तास जास्त झोप घेतो, असा त्याचा अर्थ होतो. दिवसाला जर साठ मिनिटे जास्त झोपत असलो, तर वर्षाकाठी आपण ३६५ तास जास्त झोपतो. म्हणजेच चाळीस तासांचा एक असे तब्बल नऊ आठवडे! आपल्याकडून निष्काळजीपणे केल्या जाणाऱ्या अमूल्य वेळेचा हा अपव्यय आहे. याचा कटाक्षाने विचार करणं अतिशय आवश्यक आहे. मनुष्य आपल्या जीवनातला १/३ काळ झोपेत घालवत असतो, हे आपल्या सर्वांना ठाऊक आहे. अनावश्यक झोप घेऊन आपण आपला वेळ बिछान्यामध्ये वाया घालवतो. वास्तविक त्या काळात आपण कितीतरी रचनात्मक गोष्टी करू शकतो.

याचा सूक्ष्म विचार करून प्रत्येकानं त्याचं झोपेचं वेळापत्रक तपासून पाहावं. अशा प्रकारे दररोज व्यर्थ व्यतीत होणाऱ्या वेळेचा अल्प भाग, 'थेंबेथेंबे तळे साचे' याप्रमाणे जर एकत्र केला, तर त्याची व्याप्ती किती प्रचंड होईल बरं! जेव्हा याची कल्पना कराल, तेव्हाच वेळेच्या अपव्ययाची आपल्याला जाणीव होईल. सर्व तमोगुणी व्यक्ती त्याबाबतीत खरंच दुर्दैवी म्हणाव्या लागतील. आपल्या जीवनातला अत्यंत अमूल्य असा दीर्घ कालावधी त्या केवळ अंथरुणात लोळून घालवितात.

लवकर उठल्याने बोनसरूपात मिळालेला हा काळ आपल्याला प्राप्त होतो. तो आपण विविध कामांसाठी निश्चित उपयोगात आणू शकतो. सुरुवातीला ज्या गोष्टींसाठी आपल्याकडे वेळ व ऊर्जा नव्हती, त्या आपण किती नियोजनबद्धरीत्या करू लागलोय, याची जाणीव होते. त्याने आपल्याला अवर्णनीय आनंद मिळतो. अशा तऱ्हेनं निरनिराळ्या कामांसाठी आपल्याला निश्चित कालावधी उपलब्ध होईल. परिणामी, आपण नेहमी समतोल, प्रफुल्लित आणि प्रभावशाली राहाल.

५. शिस्तप्रिय बनणे

स्वयंशिस्त किंवा अनुशासन खरंतर आपल्या मूलभूत स्वभावाचा अविभाज्य

घटक आहे. जेव्हा आपण नियमितपणे ठरावीक वेळी लवकर उठतो, तेव्हा महत्त्वाचा फायदा होतो. त्याने आपल्या शरीरातील अनुशासनबद्ध, शिस्तप्रिय मांसपेशी अधिक दृढ होत जातात.

या अनुशासनात वृद्धी करून तिला अधिक बळकट करणं, हे आपल्याच हातात असतं. त्याकरिता छोट्याछोट्या गोष्टींनी सुरुवात करून, लहानसहान आव्हानं स्वीकारून ती यशस्वी करून दाखवायची आहेत. त्यानंतर हळूहळू मोठ्या आव्हानात्मक कामांना हात घालून ती यशस्वीपणे पार पाडणं आपल्याला शक्य होतं. मगच आपण प्रगतीकडे घोडदौड करू लागतो. ही गोष्ट वेटलिफ्टिंग व्यायाम प्रकाराप्रमाणेच असते. आपल्यात जेव्हा स्वयंशिस्त अधिक बळकट होत जाईल, तेव्हा आपल्याला भेडसावणाऱ्या सर्व समस्या नष्ट होतील. ठरावीक वेळी आपण बिछाना सोडून लवकर उठून कामाला लागतो तेव्हा ते आपल्याला सहजसाध्य झालेलं असेल. आपलं आत्म-अनुशासन कमकुवत असेल, तर मात्र आपल्याला ही गोष्ट खूपच कष्टदायक वाटेल.

हे अमलात आणण्यासाठी ठाम कृती करण्याची गरज आहे. आपली प्रबळ इच्छा आणि तयारी झाल्यावर सुरुवातीला केवळ सातच दिवस (एक आठवड्याचा अवधी) ठरलेल्या वेळी उठण्याची सवय करावी लागेल. हळूहळू आपल्याला हा कालावधी वाढविता येईल. केवळ एक महिना, म्हणजे ३० दिवस, असं हे नियमितपणे केलं, तर आपल्याला त्याची सवय लागेल. पुढे हीच सवय आपल्या अंगवळणी पडेल. त्यानंतर आपल्याला अशी सकारात्मक सवय जडेल, की काहीही न ठरविता आपण ठरावीक वेळेला अचूक उठलेले असाल. उगाच बिछान्यावर पडून राहणं आपल्याला स्वतःलाच रुचणार नाही.

६. अधिक तणावमुक्त

ज्या व्यक्ती वेळेवर उठतात, त्या संपूर्ण दिवसभर निश्चिंत राहून चिंतामुक्त वावरतात. जेव्हा याचं संशोधन झालं तेव्हा अशा अनुशासनप्रिय लोकांना ताणतणाव फारसा भेडसावत नाही, असं आढळलं. त्यांची सगळी कामं ठरल्याप्रमाणे, वेळच्या वेळी होऊन त्यात सहजता, तसेच वक्तशीरपणाही दिसला.

७. अधिक सहजता

सूर्योदयाबरोबर उठल्यानं आपलं शरीर लयबद्ध, स्वाभाविक व नैसर्गिक होतं. नियमित वेळेवर झोपणं-उठणं या वक्तशीर क्रियांनी आपण अधिक आरोग्यसंपन्न होत जातो.

अध्याय २३

बिछाना सोडण्याचे उपाय
सकाळी लवकर उठण्याची तिसरी पद्धत

गजर होताक्षणीच आपण अलार्म-क्लॉक बंद करतो किंवा तसेच बिछान्यावर पडून राहतो. मग उशीर झालाय याचं भान येताच एकदम गडबडून उठून बसतो. तेव्हा आपण मनाशी म्हणतो, 'अरे देवा, आज खूपच उशीर झाला वाटतं!' त्या क्षणी खरंतर आपल्याला मनोमन खूप पश्चात्ताप झालेला असतो. कारण आपण सारा वेळ झोपेतच व्यर्थ दवडलेला असतो. तत्पश्चात आपण घाईगडबडीने हातातली कामं मार्गी लावण्याचा प्रयत्न सुरू करतो. मग आपल्याला ऑफिसला जायलाही उशीर होतो. स्वाभाविकपणे तिथे आपल्याला कामं उरकण्यासाठी धावपळ करावी लागते. असा गोंधळ आपल्यात तणाव आणि चिंता निर्माण करतो. तसं पाहिल्यास हे सगळं अनावश्यक नव्हतं का? सकाळी आपण जर वेळेवर उठलो असतो, तर हे सारं काही निश्चितपणे टाळलं असतं.

पुढील भागात आपण काही मार्गदर्शनपर पद्धत जाणून घेणार आहोत, जी आत्मसात केल्याने मुलायम आणि सुखद अशा बिछान्यातून बाहेर पडण्याची कला शिकणार आहोत. घड्याळाचा अलार्म होताक्षणी लगेच, किंबहुना त्याहीपेक्षा आधी!

१. शरीराचं जैविक चक्र समजून घ्या

आपल्या शरीराची शारीरिक प्रक्रियांचं एक जैविक चक्र असतं, एक नैसर्गिक लय असते, जी मनुष्यात दिवसातील २४ तास सुरू असते. आपण जेव्हा दररोज वेळेवर उठतो, तेव्हा ती जीववैज्ञानिक लय मजबूत करतो.

अलार्म, घड्याळाचा वापर करून दररोज ठरलेल्या वेळी उठा. अशा प्रकारे आपण आपली जैविक लय निर्धारित करतो. आपल्याला सकाळी कधी उठायचं आहे, हे आपण जाणलंत. तसंच किती तास झोपायची आवश्यकता आहे, याचंही आकलन झालं. याचाच अर्थ, आपल्याला रात्री कधी झोपायचं आहे, जेणेकरून आपली झोप पूर्ण व्हावी, हे ठाऊक झालंच असेल. असं करून आपण दररोज एक निश्चित वेळी उठू लागतो. एकदा याची सवय होताच असं आपोआपच होऊ लागेल. आता आपलं शरीर दररोज आपल्याला नियोजित वेळी उठवेल.

२. स्वतःला विचारा - 'हे कसं घडू शकेल'

सकाळी वेळेवर उठता न आल्याबद्दल स्वतःला सर्वप्रथम दूषणं देणं थांबवा. 'मी सकाळी वेळेवर का उठू शकलो/शकले नाही?' असा विचार करण्याऐवजी 'मी नियोजित वेळेवर उठण्याकरिता काय करायला हवं होतं?' असा प्रश्न स्वतःला विचारा. ही गोष्ट, हा प्रश्न केवळ येथेच लागू होतो असं नव्हे, तर तो प्रत्येक कामासाठी उपयुक्त असतो. स्वतःला आपण अनेकदा विचारतो, 'मी हे काम का पूर्ण करू शकलो नाही?' त्याऐवजी 'मी हे काम कसे पूर्ण करू शकतो?' असं विचारायला हवं. त्याने आपल्याला समर्पक उत्तर तर मिळेलच शिवाय हातातली सगळी कामं योग्य रीतीने पार पाडण्यासाठी नवीन मार्गही सुचतील.

३. दैनंदिन संकल्प

प्रत्येकाने दररोज नवीन असा छोटा का असेना, कोणताही एक संकल्प करावा. तो कागदावर लिहून, सकाळी उठताक्षणीच आपली नजर त्यावर पडेल, अशा रीतीने शयनकक्षामध्ये टांगून किंवा चिकटवून ठेवा.

संकल्प ही गोष्ट जणू दुधारी तलवारीप्रमाणे असते. कारण त्यातून दोन प्रकारचे परिणाम साधतात. पहिला परिणाम, असा संकल्प आपल्याला आपली आरामदायी शय्या सोडण्यास भाग पाडतो. दुसरा अंतर्यामी होणारा लाभ म्हणजे आपण जेव्हा एखादा संकल्प पार पाडतो, तेव्हा तो यशस्वी झाल्यावर कामासाठी झोकून देण्याची, समर्पणाची भावना, निश्चयात्मक बळ आपल्याला प्राप्त होतं. आपला आत्मविश्वास दिवसेंदिवस वृद्धिंगत होतो.

दररोज आपल्या मनात वेगवेगळ्या रंगच्छटा पाहण्याचं ठरवा. जसं, एखाद्या दिवशी केवळ हिरव्या रंगाच्याच सर्व गोष्टी पाहायचं ठरवा. हा निश्चय मनात येताच आपल्याला जाणवेल, 'अरेच्चा आपल्या सभोवताली तर हिरव्या रंगाच्या अगणित वस्तू आहेत!' तसं पाहिलं तर त्या काही अचानक आपल्यासमोर येऊन प्रकट झालेल्या नसतात! त्या त्या आधीपासूनच तिथं असतात.

अशा रीतीने नियमितपणे काहीना काही वेगळं ठरवून निरनिराळ्या गोष्टी केल्यास आपली निरीक्षणशक्ती पहिल्यापेक्षा अधिक बलशाली होते. त्या दिवशी आपल्याला हिरव्या रंगच्छटेच्या असंख्य वस्तू सर्वत्र दिसतील. अहाहा...! किती या अगणित रंगसंगती, किती विविधरंगाने नटलेले हे सुंदर विश्व! हे सगळं विश्व एका वेगळ्या नजरेनं न्याहाळताना आपण मंत्रमुग्ध होऊन जाल. काही अनोखं बघितल्याची जाणीव आपल्याला होऊन प्रत्येक गोष्टीत नावीन्य, तजेलदारपणा पाहण्याची दृष्टी विकसित होते. अशा रीतीने आपण मूळच्या सप्तरंगांमधील कोणताही एक रंग दररोज निवडून त्याचं निरीक्षण करा. हे सप्तरंग म्हणजे जणू सात वेगळे निश्चय, संकल्पच आपण केलेले असतात. हे सप्तरंग केवळ मूलभूत आहेत. त्यांच्या छटा अनंत, अगणित आणि अतिशय वैविध्यपूर्ण असतात.

यानंतरची दुसरी पायरी म्हणजे आपण यात एखादा विशिष्ट प्राणी, जलचर, झाडाची रोपं किंवा पक्षी, फुलांचाही समावेश करू शकता. किती अनंत प्रकारच्या अद्‌भुत वैशिष्ट्यांनी हे सारं निसर्गानं साकारलंय. किती विविध रंगच्छटा, किती अगणित सुवासांची ही पखरण! पाहावं तिथे प्रत्येक पुष्प हे अनोख्या सुगंधानं, रंगसंगतीनं नटलेलं! अशा वेळी प्रत्यक्षात जरी मनात ठरवलेलं फूल (दुर्मीळ असल्याने) आपल्या नजरेला पडलं नाही, तरी त्याचं चित्रं वा फोटो आपल्याला कुठेना कुठे नक्की पाहायला मिळेल. मग अशी इच्छा आपण मनी दृढ धरण्यास काय हरकत आहे? अशा रीतीने आपण असामान्य, दुर्मीळ गोष्टी पाहण्याचा संकल्प, निश्चय किंवा कल्पना अधूनमधून करू शकाल.

४. कार्यप्रवृत्त करणारं बटन (ट्रिगर्स) वापरा

कुठलीही गोष्ट करण्यास प्रवृत्त करणारं बटन म्हणजेच ट्रिगर्स. आपल्या दैनंदिनीत याचा समावेश केला, तर सकाळी लवकर उठण्यास आपल्याला कधीच अडचण येणार नाही.

- घंटी वाजवणं- झोपण्यापूर्वी आपल्या बिछान्याजवळ एक छोटी घंटी ठेवून तिचा नाद करा. तिच्या मधुर आवाजानं आपल्याला एखाद्या देवालय किंवा चर्चमधील

गोड सुरावटीची आठवण येईल. मग बघा तसा घंटारव होताच आपली झोप कशी चटकन नाहीशी होते ते!

- जॉगिंग सूट किंवा जोकरसारखा आपला एखादा पोशाख, अशा रीतीने आपल्या बिछान्यासमोर टांगून ठेवा, ज्यावर सकाळी डोळे उघडताच आपली दृष्टी पडेल.

- एखादे चित्र वा फोटो जो आपल्याला नेहमी प्रेरित करतो, ज्याने आपला उत्साह द्विगुणित होतो, मग ते चित्र एखाद्या सत्पुरुषाचे, उगवत्या सूर्याचे अथवा साक्षात्काराच्या उगवत्या सूर्याची कल्पना असो!

५. आव्हानं स्वीकारण्यास सज्ज राहा

आपल्या रोजच्या वेळापत्रकामध्ये एखादी नवीन आव्हानात्मक अशी गोष्ट समाविष्ट करा. दररोज एखादं नवीन आव्हान ठेवल्याने आपली अतिनिद्रेची सवय दूर होईल. म्हणून दैनंदिनीत एका नवीन आव्हानाचा समावेश करा. ते आव्हानच आपल्याला आपला बिछाना सोडण्यास प्रवृत्त करेल.

तीस दिवसांचं आव्हान- यापुढील पायरी म्हणजे, सकाळी लवकर उठण्याचं तीस दिवसांचं आव्हान स्वीकारण्याचा निश्चय करा. जणू काही आपण एखादा खेळच खेळत आहोत. त्यासाठी एक नियमावली तयार करून आपल्या सहकाऱ्यांचीही निवड करा. त्यानंतर आपली दिनचर्या ठरवा. आपल्या मनःचक्षूंसमोर एक चित्र तयार करून अखेरच्या क्षणी ते कसं दिसेल ते पाहा. मात्र, हे करताना नावीन्यपूर्ण गोष्ट, कल्पनाशक्ती आणि शोध या तिन्हींचा वैशिष्ट्यपूर्ण संगम व्हायला हवा.

- एक नवीन दिशा देण्याचा प्रयत्न करा, कल्पनाशक्तीचे सुकाणू नावीन्याकडे वळवा.

- आपल्या मनातील कल्पनांना योग्य दिशेचं वळण द्या.

- या साऱ्या गोष्टी करण्याकरिता नवीन प्रकार, नवीन मार्गांचा शोध घ्या.

६. नवीन उपक्रमाचा श्रीगणेशा करा

दररोज नित्यनवीन असं काहीतरी करण्याचा संकल्प सोडा. मग ती कुठलीही गोष्ट असो. आपण जेव्हा नवीन काही शिकण्याचं ठरवतो, मग ते कॉम्प्युटर शिकणं असो वा गाडी. सकाळ होताच आपल्या बिछान्यातून बाहेर पडतो. कारण आपल्याला नावीन्याची आस असते व ते शिकण्यासाठी आपण सतत धडपड करीत असतो.

याबाबतीत खालील काही मार्गदर्शनपर सूचना आपल्याला निश्चितच लाभदायक ठरतील–

- आपल्या आवडीनिवडी आणि छंदांचा प्राधान्याने विचार करा, जसं, चित्रकला, पेंटिंग, शिलाई इत्यादी.
- एखाद्या सामाजिक उपक्रमात सहभागी व्हा.
- नृत्य, संगीत, अभिनय, सायकल–स्कूटर, फोटोग्राफी, कार यांपैकी कुठलीही गोष्ट शिकण्यासाठी सज्ज व्हा.
- आपल्याला लिखाणाची आवड असेल, तर कथा, कविता, कादंबरी असे विविध प्रकार हाताळा. आपल्या दैनंदिनीमध्ये (डायरी) रोजचा घटनाक्रम लिहिताना काव्यात्मक रचनेचा आधार घ्या.
- एखादी नवीन गोष्ट अंगीकारण्याचा मनापासून प्रयत्न करा. जसं, अनोळखी लोकांशी संभाषण साधणं, नवीन मित्र बनवणं वगैरे. (अर्थात त्यासाठी आपला कॉमनसेन्स वापरणं आवश्यक आहे.)
- नवीन साहित्यामध्ये रुची घ्या– ग्रह, तारामंडळ, नवीन तंत्रज्ञान, तसेच विज्ञानामध्ये प्रत्येक वेळी होणाऱ्या नवीन शोधांविषयी माहिती संकलित करा, त्याने आपलं ज्ञान वाढेल. आपण आयुष्यभरात कितीही ज्ञान मिळवलं, तरीही ते विश्वात उपलब्ध असलेल्या ज्ञानभांडाराचा एक अत्यल्प हिश्श्याइतकंच असेल. असं असतानादेखील, आपण किमान आपल्या अवाजवी झोपेची वेळ कमी करून ती ज्ञानार्जनासारख्या गोष्टींसाठी सत्कारणी लावयला हवी.
- योगा, रेकी, ॲरोबिक्स, नृत्याविष्कार इत्यादी गोष्टी शिका.
- फोटोग्राफीसारख्या कलेचं प्रशिक्षण घ्या अथवा ज्या कोणत्या विषयाचं आपल्याला पुरेसं ज्ञान असेल ते वाढवा.
- एखाद्या मैदानी अथवा घरगुती खेळामध्ये रममाण व्हा. जसं, बॅडमिंटन, टेनिस, बुद्धिबळ, कॅरम, डार्ट किंवा आपल्या आवडीप्रमाणे इतर कुठल्याही खेळात मन रमवा.
- शिकविण्याची आवड असल्यास ट्यूशन्स घ्या.

- आपल्या घरी-दारी, शेजारी, स्कूल्स-कॉलेजेसमध्ये नवीन कार्यक्रमांचं आयोजन करा.
- नवीन ध्यानप्रणालींचा अभ्यास करा, ज्यायोगे आपल्या शरीराला नवीन चैतन्य, स्फूर्ती, उत्साह आणि शक्ती लाभेल.
- गरजूंना मदत करा.
- 'आपल्यात असलेली कला किमान एकाला शिकवा.'

७. एखादी नवीन गोष्ट आत्मसात करा

आपल्या आयुष्यातील तोचतोचपणा व रुटीनमुळे आपण कंटाळून जातो. दररोज ठरावीक वेळी उठणे, दैनंदिन गोष्टी एकाच प्रकारे वर्षानुवर्षे करीत राहणे यामुळे आपल्याला त्यांचा कंटाळा येणं स्वाभाविक आहे. झोपेतून उठण्यापूर्वी शरीरातला एखादा भाग, अवयव दुखत असल्याची भावना मनात येताच बिछाना सोडण्याची इच्छा माणसाला होत नाही. तद्वतच, झोपेतून उठताना आपल्यासमोर जर नेहमीच्या कंटाळवाण्या दिनचर्येचा विचार, तर रोजच्या कामाचं चित्र नजरेसमोर येतं. त्यानंतर आपलं मन ही सवय मोडण्याकरिता अंथरुणातून उठायला बिलकूल तयार होत नाही. ती सवय मोडण्याकरिता नवीन काहीतरी विचार करायला हवा. रोज सकाळी उठताना नवीन गोष्ट शोधायला हवी. स्वतःला सांगा- 'आपल्या दातांना ब्रश करताना आज एक डोळा बंद करून दुसऱ्या डोळ्याने मी बघणार आहे.' असा विचार येताक्षणीच आपण एक डोळा बंद करून बिछान्यातून बाहेर पडतो. असा प्रयोग केल्याने आपल्या कृतिशीलतेतील फरक जाणवतो. लहान मुलांना नावीन्याची उपजतच आवड असल्याने त्यांना असे प्रयोग शिकवल्यास याची खूप गंमत वाटेल.

नावीन्य आपल्यासमवेत साफल्याची आनंदमय अनुभूती घेऊनच येतं. आपण त्या आनंदाचा अनुभव कधीही घेऊ शकतो. हे केवळ त्याच गोष्टी करताना प्रत्ययाला येतं असं नव्हे, तर कार्याच्या समारोपाच्या वेळीही ती सुखद जाणीव आपल्या नजरेसमोर तरळते. अशा कार्याची प्रक्रिया क्लिष्ट असली, तरी ती नक्कीच आनंददायक असते. कारण, त्या वेळी आपलं सारं ध्यान ध्येयाकडे असतं. आपल्या नजरेसमोर साफल्याचं चित्र रेखाटलं जात असतं. त्यायोगे प्रक्रिया आणि परिणाम या दोन्ही गोष्टी आपल्यालेखी सुखद ठरणाऱ्याच असतात.

त्यासाठी रोज नवनवीन असं काहीतरी करण्याचा प्रयत्न करा. आपण आज जे काही करताहात, त्यापेक्षा थोडंसं वेगळं काही करण्याचा निश्चय करा. हे अनोखं तंत्र

गवसल्यानंतर, ते आपल्या दैनंदिनीत रुजवा म्हणजे आपल्याला बिछाना सोडण्यास मुळीच कष्ट पडणार नाहीत.

अशीच आणखी एक सोपी गोष्ट म्हणजे एखाद्या दिवशी ऑफिसला जाताना नेहमीच्या रस्त्याऐवजी वेगळ्या रस्त्याची निवड करा. कदाचित तो मार्ग नेहमीपेक्षा थोडासा लांब पल्ल्याचा असेल. पण वेळेवर पोहोचण्यासाठी आपल्याला जास्त वेळ लागेल म्हणून साहजिकच घरून रोजच्यापेक्षा थोडं लवकर निघा. त्याअनुषंगाने दिनचर्येतील सगळ्या गोष्टी वेगाने उरकाव्या लागतील. म्हणजेच नेहमीपेक्षा आपल्याला थोडं लवकर उठणं क्रमप्राप्त ठरेल. तेव्हा आपण मनाशी म्हणाल, 'आता टाईमपास करून उपयोग नाही...' आणि अलार्म होताच आपण बिछान्यातून पटकन बाहेर याल.

उठताक्षणी स्वतःला पडताळण्यासाठी खालील विधायक, रचनात्मक गोष्टींवर विचार करा:

- सकाळच्या प्रहरी डोळ्यांवर पट्टी बांधून सोपी, लहानसहान कामं करण्याचा प्रयत्न करा. जसं, दातांना ब्रश करणं.
- उठल्यानंतर काही अगम्य, अतार्किक, असंबद्ध गोष्टी करण्याचा प्रयत्न करा, जसं, नृत्य करणं, नाचणं, हसणं-खिदळणं वगैरे. यामागे आपला मेंदू अधिक सक्रिय व कार्यक्षम होऊन आपल्यावरील निद्रेचा अंमल दूर होईल.
- उठण्यापूर्वी अंथरुणावर पडल्यापडल्याच काही रचनात्मक गोष्टी करण्याचा सराव करा. जसं, आपण डोळ्यांचा व्यायाम करू शकाल.
- विचारांचा सराव होण्यासाठी, मेंदू अधिक सक्रिय होण्यासाठी क्विझ, काओन-पझल यांचा आधार घ्या. काओन-पझल एक विशिष्ट प्रकारचे कोडे असते. त्याचे उत्तर शोधण्यासाठी बुद्धीचा वापर करण्याची गरज नसते. उदाहरणार्थ, 'आपण एका हाताने टाळी वाजवू शकता का?' याचे उत्तर 'नाही' असंच असेल. तसं पाहिलं तर हे वरवर दिलेलं उत्तर असेल, पण याचं एक ज्ञानवर्धक उत्तरदेखील आहे. ते आपल्याला तेव्हाच स्पष्ट होईल, जेव्हा आपण यावर अधिक सखोल मनन करून ते आजमावूनही पाहाल.
- आपल्या बाथरूमपर्यंत धावत जा अथवा दातांना ब्रश करतेवेळी नाचा.

८. वेळेवर उठण्यावर लक्ष केंद्रित करा

'मी वेळेवर उठणार आहे' या आपण पूर्वी केलेल्या निश्चयावर लक्ष केंद्रित करा

आणि मग बघा याचे दूरगामी परिणाम काय होतात ते!

आपण कशी अनुभूती घेतो त्या जाणिवांचं अवलोकन करा. जसं, आपण वेळेवर स्वतःची कामं पार पाडीत आहोत, असं चित्र बिछान्यावर पडूनच पाहा. वेळेचा सदुपयोग केल्याने आपण संतुष्ट झाल्याचं, उत्साहाचं चित्र निर्माण करून ते न्याहाळा. यामुळे आपल्याला बिछान्यातून बाहेर उडी मारण्याची प्रेरणा लाभेल.

आपल्याकडून कुठलंही कार्य संपन्न होतं, त्या वेळी होणाऱ्या हर्षोल्हासाच्या भावनेवर आपलं लक्ष केंद्रित करा. तत्पूर्वी काम हाती घेतल्यानंतर ते अपूर्ण राहिल्यास जी निराशा आपल्या पदरी पडते, तिचंही निरीक्षण करा. पण केवळ त्या निराशामय, वेदनामय गोष्टीलाच चिकटून राहू नका. त्याऐवजी आपलं लक्ष यशाकडे केंद्रिभूत करा. ही भावनाच तुम्हाला कार्यप्रवृत्त करेल.

आपण शॉवर घेतल्यानंतर कसं वाटतं? खूप ताजेतवानं आणि प्रसन्न. जणू आपण कुठला लांबचा पल्ला गाठण्यासाठी उड्डाण करणास तयार झालेलो असतो. अशा प्रकारची भावना व तिचा प्रतिसाद यांवर आपलं ध्यान केंद्रित करा. हे चित्र मनात आणताक्षणी आपण बिछान्यातून बाहेर येण्यासाठी लगेच तयार व्हाल. वेळेवर उठण्याचे चांगले परिणाम कसे दृष्टोत्पत्तीस येतात, त्याचीही कल्पना करून पाहा पण एक गोष्ट लक्षात असू द्या, उठण्याची वेळ निश्चित करण्याचा निर्णय सर्वस्वी आपलाच असतो. त्यासाठी इतर कुणी आपल्याला प्रवृत्त केलेलं नसतं. म्हणूनच आपण साकारलेल्या गोष्टींचं मनोमन चित्र पाहून त्याचा पुरेपूर आनंद घ्या.

आपण जर विद्यार्थिदशेत असाल, तर या विशिष्ट गोष्टी आत्मसात केल्यानं कसं वाटेल बरं, याचा विचार करा. जसं, आपण आपला होमवर्क वेळेत पूर्ण केलाय आणि काही महत्त्वाच्या नोट्स पूर्ण लिहून काढल्यात! ही सुखद भावना आपल्याला सकाळी लवकर उठण्यासाठी, आपली शय्या सोडण्यासाठी प्रवृत्त करेल. परीक्षेत आपल्याला उत्तम गुण मिळालेत, असे रिपोर्ट कार्ड हर्षभराने पाहण्यासारखी घटना एका विद्यार्थ्याच्या लेखी आणखी दुसरी कुठली असू शकेल बरं? मग ते चित्र आपल्याला पहाटे लवकर उठून आपल्या स्टडी-टेबलकडे जाण्यासाठी का आकर्षित करणार नाही बरं?

समजा, आपण एक गृहिणी आहात, तर आपल्या मुलांना व्यवस्थित आवरून शाळेत पाठवलंय आणि पतीचा डबा करून त्याला वेळेवर ऑफिसला जाण्यास मदत केलीय, असं चित्र नजरेसमोर आणा कसं वाटेल आपल्याला?

बिछान्या सोडण्याच्या या पद्धतींचा उपयोग करून सकाळची सुस्ती दूर करा.

अध्याय २४

झोपण्यापूर्वी करावयाच्या महत्त्वपूर्ण गोष्टी
सकाळी लवकर उठण्याची चौथी पद्धत

झोपण्यापूर्वी प्रार्थना करायला कधीही विसरू नका. परमेश्वराला धन्यवाद द्या. प्रार्थनेमध्ये अगाध शक्ती असते. झोप चांगल्या रीतीने येण्यास अनुकूल असणारा बिछाना, हवेशीर वातावरण या गोष्टी तपासून बघा. एक अलार्म-क्लॉक योग्य स्थानी ठेवा. त्यासाठी अलार्मयुक्त रेडिओ, एमपी-३ प्लेअर किंवा मोबाइल-फोनसुद्धा चालेल. आपल्याला थंडगार हवा आवडते, की मध्यम तापमान यांचीही निवड करा. एखाद्याला खिडकीतून थंडगार हवेची झुळूक आवडत असेल, तर त्याने ती उघडी ठेवावी, नको असणाऱ्यांनी ती बंद करावी.

अलार्म सेट करण्याव्यतिरिक्त इतरही काही उपाय खाली दिलेले आहेत. त्यातील एक किंवा एकापेक्षा अधिक उपाय आपल्याला वेळेवर उठण्यासाठी नक्कीच उपयोगी पडतील.

१. आनंदाचं पासबुक

रात्री झोपण्यापूर्वी आणि सकाळी उठल्यानंतर स्वतःला कुठल्या गोष्टींची आठवण करून द्यायची आहे, हे लक्षात ठेवा.

त्यासाठी सकाळी उठताक्षणीच मी मनाशी ठरवेन- 'मी कुणापुढेही हात पसरणार नाही.' आपण सकाळी जेव्हा जागे व्हाल, तेव्हा नेहमीचे बँक पासबुक न पाहता आपल्या आनंदाचं पासबुक पाहिल्याने याची आठवण राहील. आपण कुणाकडेही मदत मागणार नाही म्हणजेच दुःखीकष्टी होणार नाही. असं आनंदाचं पासबुक पाहण्याची सवय आपण स्वतःला लावायला हवी. अन्यथा कालांतराने असं जाणवेल, की आपल्या स्वतःजवळ इतका भरभरून आनंद असतानाही सतत मागण्याच्या मनोवृत्तीमुळे इतरांकडे नेहमी काही मागणी करतच राहिलो.

असं हे आनंदाचं पासबुक इतरत्र कुठेही उपलब्ध नसून, ते आपल्या ठायीच विराजमान असतं. चेतनाशक्तीची संपत्ती हीदेखील आपल्याच अंतरी प्रचुर प्रमाणात उपलब्ध असते. तरी त्याकडे आपण काणाडोळा केल्याने इतरांपुढे हात पसरण्याची भावना निर्माण होते. म्हणून सकाळी जागे होताच 'मी माझं आनंदाचं पासबुक पाहीन' या गोष्टीची स्वतःला कटाक्षाने जाणीव करून द्या.

२. संपूर्ण दिवसाचं वेळापत्रक मनात पाहा

रात्री बिछान्यावर अंग टाकण्यापूर्वीच दुसऱ्या दिवशी आपण कायकाय करणार आहोत, याचा आढावा घ्या. त्याची सुरुवात सकाळी उठतानाच करून संपूर्ण दिवसाच्या शेवटी आपण काय करणार आहोत, याची नोंद करून ती दृष्टीसमोर आणा. जे कुणी या गोष्टीचं कटाक्षाने पालन करतील, ते त्यातून मिळणारे सुपरिणाम पाहून नक्कीच आश्चर्यचकित होतील. त्यांचा दिवस दृष्ट लागावा इतक्या सुरेख रीतीने व्यतीत झालेला आढळेल. न आठवणाऱ्या काही गोष्टीही आपल्याला स्मरतील. दुर्दैवाने लोक यांसारखे छोटेखानी प्रयोग करायलाही उद्युक्त होत नाहीत! भले त्यासाठी आपल्याला रोज दहा मिनिटं द्यावी लागतील. झोपेतून ती तितकी कमीही होतील पण त्या प्रयोगातून साध्य होणाऱ्या गोष्टी पाहिल्या, तर असं केल्याने किती आनंददायक गोष्टी होतील, ते पाहा. यातून आणखी एक गोष्ट सुनिश्चित होईल, ती म्हणजे आपला दिवस कधीच वाया जाणार नाही.

झोपण्यापूर्वी आपल्या मनःचक्षूंसमोर दुसऱ्या दिवशीचं संपूर्ण चलत्चित्र पाहिल्यानंतर स्वतःला सांगा, 'मी माझ्या चैतन्यमय संपत्तीचं यथाशक्ती रक्षण करण्यासाठी कटिबद्ध आहे.' ज्या अगम्य अशा ईश्वरीय कृपेची आपल्यावर अखंड बरसात होत आहे, त्याचं अवलोकन करा आणि तेही अनुभवा! असं करून पाहिलं, तर त्यातून मिळणाऱ्या लाभांनी आपण आश्चर्यचकित व्हाल.

३. इतर सदस्यांचं साहाय्य घ्या

स्वतःला जाग येण्याकरिता घरच्या एखाद्या सदस्याची मदत घ्यावी, पण जर ती व्यक्ती सकाळी लवकर उठत असेल तर! त्यामुळे आपल्याला हवेहवेसे वाटणारे त्यांचे लाडिक बोल सकाळी उठण्यासाठी प्रवृत्त करतील पण याच गोष्टी आपल्याला पुन्हा बिछान्यावर लोळण्यासाठी, अंगाईगीताप्रमाणे परिणामकारक ठरू नये.

४ भरपूर पाणी प्या

रात्री झोपण्यापूर्वी एक मोठा ग्लास भरून पाणी प्या, काहींना याचा सकाळी वेळेवर उठण्यास उपयोग होतो.

५. उजळणी करा

अलार्म वाजल्यानंतर सकाळी उठून आपण कोणकोणती कामं करणार आहोत, हे ठरवा. आपलं मुख्य लक्ष्य, उद्देश यांची नेहमी आठवण असू द्या. 'सकाळी उठताक्षणी आपल्या ध्येयाची स्वतःला आठवण करून देणं' हा लवकर उठण्यास प्रवृत्त करणारा उत्तम उपाय आहे. तसं आपलं साप्ताहिक लक्ष्य निर्धारित केल्यावर ते साध्य करून प्रगतिपथावर आरूढ होण्यासाठी एखादं महत्तम कार्य आपल्याला करायचंय, याची जाणीव ठेवा. शक्य झाल्यास सकाळी उठल्यानंतर सर्वप्रथम तेच कार्य पार पाडण्याचा निर्णय घ्या.

६. तणावमुक्त व्हा

गरम पाण्याने स्नान करा, एखादं आवडतं पुस्तक वाचा. मधुर संगीत वा भजन ऐका. यामुळे आपलं झोपेचं चक्र पूर्ण होण्यास मदत मिळेल.

७. दिशायुक्त कल्पना करा

बिछान्यावर पडल्यानंतर आपण नेमकं कधी उठायचं ठरवलंय, ती वेळ सुनिश्चित करा. उदाहरणार्थ, सकाळी सहा अथवा पहाटेचे पाच-साडेपाच वगैरे. त्यानंतर पुढील वाक्य स्वतःशीच किमान पाच-सहा वेळा म्हणा— 'उद्या सकाळी मला साडेपाच वाजता उठायचंय.' असा विचार करत असताना आपण उठत असल्याचं दृश्यही मनोमन पाहा.

टिप्पणी : आपण जर रात्री झोपण्यापूर्वी दूध, कॉफी अथवा अन्य एखाद पेय पित असाल, तर त्यात अधिक मात्रेत साखर किंवा कॅफिन नसावं, हे निश्चित करा. खरंतर नैसर्गिक पेय म्हणजे पाणी हे खूपच साहाय्यक ठरतं.

प्रस्तुत कार्यक्रमाचा छोटासा लघुपट तयार करून मनःपटलावर पाहा. जसं, आपल्याला एखाद्या विशिष्ट वेळी उठायचं असले तर घड्याळाचे काटे तिथेच असल्याचं पाहा; परिणामी अलार्म वाजतो न वाजतो तोच आपण उठून बसाल.

या गोष्टीचा दररोज सराव करा. जितका जास्तीतजास्त याचा अभ्यास आपण कराल, तितक्याच सखोलतेने आपल्या अंतर्मनात ही गोष्ट जाईल आणि तिथेच स्थिरावेल. कालांतराने आपल्या लक्षात येईल, 'अरे, आपण तर अलार्म वाजण्यापूर्वीच जागे झालोय.'

अध्याय २५

अलार्म वाजून उठल्यानंतर काय कराल
सकाळी लवकर उठण्याची पाचवी पद्धत

कित्येक लोक सध्या जास्त झोपण्याच्या सवयीने त्रस्त आहेत आणि अनेक जणांना तर जास्त झोपण्याची सवय असते किंवा आळसामुळे ते बिछान्यावर लोळत राहतात. आपल्यातील काही लोक सकाळी लवकर उठण्याचा प्रयत्नही करतात. पण उठू शकत नाही. खरंतर अलार्म लावून ही वेळेवर उठता येते. मात्र असं होताना दिसत नाही. अलार्म लावूनही कित्येक लोक वेळेवर उठू शकत नाही आणि काही तर अलार्म वाजत असला तरी शांतपणे झोपतात.

अशा परिस्थितीत आपली अवस्था कशी आहे? तुम्हीदेखील सकाळी जाग येताच बिछाना सोडत नाही? लगेच उठण्याची काय आवश्यता आहे, आणखी थोडा वेळ पडून राहू? असं वाटत असेल, तर हा विचार करणारे जगात तुम्ही एकटेच नाही.

१. चादर दूर फेका

आपण जर अलार्म होण्यापूर्वीच जागे झालो, तर त्या मऊशार आरामदेही बिछान्याची आठवण त्वरित विसरायला हवी. प्रथम आपण पांघरलेली चादर किंवा ब्लँकेट दूर करा.

२. लाईट लावा

जागे झाल्यानंतर त्वरित करावयाची दुसरी गोष्ट म्हणजे, खोलीतले दिवे लावा. आपल्या मेंदूवर प्रकाशाची एक अशी प्रक्रिया होत असते, ज्यायोगे आपणास पुन्हा झोपण्याची इच्छा होणार नाही.

३. स्वतःला ध्येयाची आठवण द्या

उठताक्षणीच आपण निश्चित केलेल्या ध्येयाची आठवण करा. असं केल्यानं झोपेचा उर्वरित अंमलदेखील नाहीसा होईल. मनातील शुभेच्छा आपल्या झोपेला दूर पळवून लावतील आणि आपण आपल्या लक्ष्यपूर्तीसाठी आवश्यक त्या तयारीस लागाल.

४. संगीत सुरू करा

आपणास शक्य असल्यास बिछान्यावर पडल्यापडल्या व्यायामाच्या वेळी वाजविलं जाणारं संगीत सुरू करा. त्यानं आपल्याला हा नवीन दिवस एका आगळ्यावेगळ्या पद्धतीनं सुरू करण्यास मदत होईल. निरनिराळ्या संगीत प्रकारांनी आपल्या मेंदूवर वेगवेगळ्या प्रकारच्या प्रतिक्रिया उमटतात.

५. प्रार्थना करा

आपल्या आवडत्या प्रार्थनेने अनंतशक्तिमान ईश्वराची आराधना करून दिवसाची मंगलमय सुरुवात करा.

६. ध्यान–धारणा करा

उठल्यानंतर शक्यतो लवकरात लवकर ध्यान–धारणा करणं अतिशय लाभदायक असतं. आपल्या बिछान्यावर बसून कमीतकमी दहा ते पंधरा मिनिटं निश्चितपणे आपण ध्यान–धारणा करू शकता.

७. झोप पूर्ण होताच उठा

झोपेचं सामान्य चक्र आणि रात्री झालेला हार्मोनल बदल कित्येक लोकांना अलार्म वाजण्याआधीच जागं करतो. याचाच अर्थ, आपण आता उठण्यासाठी तयार आहात. हा यामागे संकेत असतो. मात्र अलार्म वाजल्यानंतर उठू असा विचार करू नका. कारण त्या वेळीही आपण उठू शकणार नाही, असंही होऊ शकतं.

८. आपलं नैसर्गिक अलार्म-क्लॉक सुरू करा

घड्याळाचा अलार्म बंद केल्यानंतर अथवा प्रार्थना किंवा ध्यान पूर्ण झाल्यानंतर शरीराला थोडा ताण द्या. उजवीकडून डावीकडे व डावीकडून उजवीकडे शरीर हलवा, म्हणजेच आपला डावा पाय आणि उजवा हात एकदा ताणा. तसेच ही क्रिया उलट दिशेने करा... म्हणजे उजवा पाय आणि डावा हात ताणून धरा. त्यानंतरचा एक असा उपाय आहे, जो केल्यानं आपला आळस कुठल्या कुठे पळून जाईल. आपल्या उजव्या हाताची मूठ करून ती एखाद्या मुष्टिप्रहाराप्रमाणे हवेत जोरदार फिरवा. आता आपण आपला लाडका बिछाना सोडायला आनंदाने तयार झालेला असाल.

बिछान्यातून उठल्यानंतर करण्यायोग्य गोष्टी

१. जागेच राहा – पुन्हा बिछान्यावर लोळत पडू नका

जागे होऊन काही गोष्टी केल्यानंतर कित्येकदा आपल्या मनात पुन्हा एकदा त्या मऊशार, उबदार अशा बिछान्यावर पडून राहण्याची आत्यंतिक इच्छा होते. आपल्याला वाटतं, 'बस्स, केवळ एखाद्दुसरं मिनिट थोडं बिछान्यावर पडू या.' पण लक्षात ठेवा, या प्रलोभनाला कधीही बळी पडू नका. आपण जर चुकूनही पुन्हा बिछान्यावर पडलात, तर आपल्याला परत गाढ झोप लागण्याची दाट शक्यता असते. त्यामुळे आपल्या आतापर्यंत केलेल्या साऱ्या परिश्रमांवर पाणी फिरल्याप्रमाणे होईल. त्यानंतर सकाळी लवकर उठण्याचं कोणतं प्रयोजन होतं, याची मनाला आठवण करून द्या. मग पाहा आपला आळस कसा गायब होतो ते.

२. शॉवर घ्या

बिछाना सोडून बाहेर पडताच आधी बाथरूममध्ये जाऊन मनसोक्त स्नान करा. त्या वेळी आपण पाण्याचे तापमान आपल्या प्रकृतीनुसार (कफ, वात, पित्त) ठेवू शकता.

३. चेहऱ्यावर हलके पाण्याचे हबके मारा

ज्यांना लगेचच अंघोळ करणं शक्य नसतं अशांनी किमान चेहऱ्यावर थंडगार पाण्याने हळूच हबके मारा, जेणेकरून आपल्या झोपेचा अंमल गळून पडेल. थंड पाणी आपला आळस व थकवा दूर करून कार्यासाठी आपल्याला उत्तम प्रकारे सक्रिय करेल.

४. पाणी प्या

शरीराला आवश्यक ती उत्तेजना देण्यासाठी पाण्यासारखे सुयोग्य पेय दुसरे नाही.

म्हणून उठून बसल्यानंतर लगेच पाणी प्यायल्याने आपल्याला जागं राहणं सहज होईल.

५. फिरून या

सकाळच्या प्रसन्न समयी बाहेरच्या मोकळ्या हवेत फेरफटका मारल्याने आपण ताजेतवाने व प्रफुल्लित होतो. प्रारंभीच्या या घटका आपल्या शरीराला आवश्यक ऑक्सिजनचा पुरवठा करतात. सभोवतालची हिरवीगर्द झाडं वेळ सत्कारणी लावल्याचं समाधान देतात. त्या वेळी आपण निसर्गाच्या मनोरम लीला न्याहाळून त्यांचा आनंद घेऊ शकता.

या सर्व गोष्टींतून आपल्याला जाणवेल, मस्त आरामशीर असा बिछाना सोडून, मनात आळसानं ठाण मांडलेलं असतानादेखील आपण फेरफटका मारल्याने मनातला ताणतणाव कमी झालाय. आपल्या भावना स्थिर होताहेत. शरीराला हानिकारक पदार्थांचं सेवन केल्यानं झालेल्या नुकसानीची भरपाई होऊ लागलीय. आपलं शरीर स्फूर्तीने भरलंय. शिवाय तंदुरुस्त आणि उत्साही होऊन आपण आपल्या दिनक्रमासाठी सिद्ध होतो.

अध्याय २६

उठल्यानंतर बऱ्याच वेळानं, तसेच झोपण्याआधी करावयाच्या सात आवश्यक गोष्टी
सकाळी लवकर उठण्याची सहावी पद्धत

प्रस्तुत प्रकरण आपल्याला दिवसभरात करण्यासाठी आवश्यक अशा गोष्टी सुचवित आहे. त्या केल्याने आपण रात्री वेळेवर अंथरुणावर पडाल आणि दुसऱ्या दिवशी योग्य वेळी जागे व्हाल.

१. व्यायाम

नियमित व्यायाम करण्याची सवय अंगी बाणवली पाहिजे. असं केल्याने केवळ आपलं शरीरच नाही, तर आपले रक्ताभिसरणही सुधारेल. परिणामी, आपल्याला अधिक उत्साहवर्धक वाटेल आणि चेहऱ्यावरील चमक व टवटवीतपणा वाढेल. त्याचबरोबर शरीराला यथायोग्य व्यायाम घडल्यानं रात्री व्यवस्थित झोप येईल. रात्री झोपण्यापूर्वी मात्र जास्त व्यायामप्रकार करू नयेत. कारण त्यामुळे आपलं शरीर झोपण्यासाठी तयार होणार नाही. व्यायाम-कसरतींसाठी सकाळची वेळ योग्य असते.

२. विश्वास

स्वतःवरचा विश्वास अढळ राखणं हा गुण कोणतंही कार्य पार पाडण्यासाठी वा नवीन कुठलीही गोष्ट आत्मसात करण्यासाठी आवश्यक असतो.

या खंडामध्ये वर्णन केलेली सर्व तंत्रं त्याच वेळी उत्तम प्रतिसाद देऊ शकतील, ज्या वेळी आपल्यात आत्मविश्वास असेल. मग त्या अनुषंगाने आपण कार्यासाठी प्रवृत्त व्हाल.

या पृथ्वीतलावर घडणारे सर्व चमत्कार हे मनुष्याच्या स्वतःवरच्या विश्वासाचे प्रतीक आहेत. 'ज्याची जितकी आस्था तितक्याच प्रमाणात परिणाम' असा हा सिद्धान्त आहे. आपल्याला जर सर्वोत्तम जीवनाची आस असेल, तर त्यासाठी स्वतःच्या कर्तृत्वशक्तीवर संपूर्ण विश्वास आणि त्याच्यासमवेत सुसंवाद साधण्याची हातोटी साधायला हवी. याचं अनुसरण केल्याने आपल्यातील विश्वास द्विगुणित होतो आणि आपण अधिकाधिक सकारात्मक प्रेरणेने संपन्न जीवन जगण्यास सुरुवात करतो. हा विश्वास आपल्या स्वतःबरोबरच सभोवतालच्या सर्वांसाठीही उपयुक्त ठरतो.

३. 'ही गोष्ट लगेच करायची' ही भावना दृढ करा

अतिनिद्रेचा पॅटर्न तोडण्यासाठी नेहमी करत असलेल्या गोष्टी टाळून त्याविरुद्ध गोष्टींचा अंगीकार आपल्याला करावा लागेल. उदाहरणार्थ, 'चला, ही गोष्ट ताबडतोब करून टाकूया', ही भावना दृढ करायची आहे. असं केल्याने आपल्या झोपेचा पॅटर्न तर होईलच शिवाय आपली कार्यक्षमताही वाढेल. कारण आपण आपली सगळी कामं 'त्वरित' करून अधिकाधिक सक्रिय बनाल.

आपण जेव्हा अलार्म झाल्यानंतरही उठण्याची टाळाटाळ करतो, तेव्हा तीच सवय आपल्या ठायी अधिक बळकट होऊ लागते. या सवयीचे आपण गुलाम होतो आणि मग त्याचीच पुनरावृत्ती घडत राहते. मग तोच आपला नित्यक्रम बनून जातो. अशा सवयी किंवा नकारात्मक, चुकीच्या व्यवहारपद्धती बदलायच्या असतील, तर त्यासाठी आपल्या अचेतन म्हणजेच सबकॉन्शिअस माइंडचं प्रोग्रॅमिंग बदलण्याची गरज आहे.

४. अनुक्रमाने चढती श्रेणी गाठा

आपली नेहमीची दिनचर्या हळूहळू गतिमान करा. असं केल्यानं आपली इच्छाशक्ती हळूहळू वाढू लागेल, निरंतर कार्य करीत राहण्याची प्रेरणा मिळेल. त्यासाठी अचानक रोजच्यापेक्षा दीड-दोन तास लवकर उठण्यासारखी अनिष्ट गोष्ट करू नका. त्याऐवजी उठण्याची वेळ क्रमाक्रमाने रोज दहा मिनिटे या कालावधीनं लवकर केल्यास त्याचा जास्त फायदा होतो. म्हणूनच एखादी गोष्ट हळूहळू, पण निश्चित गतिशीलतेनं केल्यास ती अधिक सुलभ होते.

५. स्वतःला बक्षीस द्या

आपण जेव्हा पॅटर्न तोडण्यासारखं म्हणजेच अनुक्रमाने काही गोष्टी हळूहळू

करण्यात यशस्वी झालो, तर स्वतःला शाबासकी देण्यास विसरू नका. आपण ठरविलेल्या वेळेवर उठण्याचं उद्दिष्ट साध्य केलंत, तर स्वतःची पाठ थोपटा, मग भले ते नेहमीपेक्षा दहा मिनिटे लवकर असलं तरी.

अशा वेळी स्वतःलाच एखादं सुंदर पुस्तक बक्षीस द्या. स्वतःची प्रशंसा करा. उदाहरणार्थ, आपण पुढीलप्रमाणे एखादं वाक्य आपल्या दैनंदिनीमध्ये लिहू शकता– 'मी आज सकाळी अमुक अमुक वेळेस ठरल्याप्रमाणे उठून सर्व कामं योग्य प्रकारे पार पाडली, त्याबद्दल माझं अभिनंदन.'

६. अधूनमधून उपवास करा

ज्या वेळी आपलं मन स्वतःशीच वाद–विवाद करतं, लवकर न उठण्याविषयी निरनिराळ्या सबबी सांगू लागतं, त्या वेळी शरीर त्वरित त्याचं समर्थन करतं. कारण ती गोष्ट त्यालाही अनुकूल, उपयुक्त असते. मग ते हालचाल करण्यास लवकर तयार होत नाही.

आपण कोणतीही गोष्ट करण्यात तेव्हाच यशस्वी होतो, जेव्हा ती गोष्ट आपल्या खाण्यापिण्याच्या सवयीशी जोडतो. म्हणून स्वतःशी असा संकल्प करा, 'ज्या दिवशी ठरलेल्या वेळी मी उठणार नाही, त्या दिवशी माझ्या आवडीची भाजी खाणार नाही किंवा पूर्ण उपवास करेन.' असं करून पाहिल्याने समजेल, हा अगदी परिणामकारक उपाय आहे. अशा प्रकारे स्वतःशी नेहमी प्रामाणिक राहा, काहीही लपवू नका.

७. नेहमी चांगल्या संघात राहा

टीमवर्कचा लाभ घेत राहा. आपल्या मित्रांचा वा परिवारातील सदस्यांचा एक ग्रुप तयार करा. या ग्रुपमधील सदस्य ठरावीक दिवसांनी एकत्र येऊन सकारात्मक चर्चा करतील. परस्परांना विकासमार्गावर पुढे जाण्यासाठी प्रोत्साहन देतील. अशा ग्रुप वा टीमची एक खास छोटी नियमावली आपण तयार करू शकता. ज्यात 'एका विशिष्ट वेळेस उठणं' यांसारख्या गोष्टींचाही समावेश असू शकतो. टीम बनविण्याचा फायदा हा, की आपल्या टीममधील एखाद्या सदस्याने एखाद्या विषयात प्रावीण्य संपादन केलं असेल, तर ते तो दुसऱ्यांना शिकवू शकतो. मग इतर होतकरू सदस्यही ते आत्मसात करू शकतात. टीमचे सदस्य दररोज आपल्याला उठवण्यासाठी पहाटेच्या वेळी मोबाइल–कॉल करू शकतात. त्या डायलटोनने आपल्याला हमखास जाग येईल. एकदा ही गोष्ट अंगवळणी पडताच आपण कुठल्याही अलार्म वा घंटीच्या आवाजाशिवाय लवकर उठाल.

खंड ४
प्रार्थना-शंका-सार

लक्ष्मी कष्टाळू मनुष्यावर कृपा करते तर आळशी मनुष्याचा द्वेष
जो पूर्णतः नशिबाच्या भरवशावर बसलेला असतो.
- पंचतंत्र

आळस मनुष्याचा मोठा शत्रू आहे आणि कार्यशीलता
त्याचा असामान्य, हितैषी बंधू आहे
- भर्तृहरी

भाग १

सुस्ती मुक्ती प्रार्थना
इ.एम.एस.वाय. - ध्यानसाधना

मनुष्याचं शरीर म्हणजे पृथ्वी धातू असतं. पृथ्वी म्हणजे इ. एम. एस. वाय.! चला, तर आपण आता या पृथ्वीधातूची प्रार्थना करण्याचा विधी समजावून घेऊया.

इ.एम.एस.वाय. प्रार्थनेसाठी ध्यानात बसून आपल्या समस्त शरीरावर एक शुभ्र प्रकाशझोत टाकल्यावर आपल्या दृष्टिपथात येईल, की कशा तऱ्हेने आपल्या शरीरातील पृथ्वीधातूचं प्राबल्य म्हणजे तमोगुण कमी होऊ लागलाय. याच विश्वासाच्या माध्यमातून आपण ज्या वेळी प्रार्थना करतो, तेव्हा आपल्याला त्याचे शंभर टक्के सुयोग्य परिणाम लाभतात. म्हणून नित्यनेमाने आपण ही प्रार्थना करावी.

याची जाण आल्यानंतर हे पुस्तक थोडा वेळ बाजूस ठेवून आपण ध्यान-साधना करावी. या साधनेला सुरुवात करण्यापूर्वी तिचं स्वरूप पूर्णपणे जाणून घ्यायला हवं. या गोष्टीचा आपण प्रत्यक्ष अनुभव घेऊ शकतो. ही प्रार्थना आपण उभे राहून अथवा सहजतेने बसून म्हणजेच आपल्या शरीराच्या अनुकूलतेनुसार करण्यास हरकत नाही.

आपल्या शरीराच्या ठायी पाच मूलतत्त्वं स्थित आहेत- पृथ्वी, जल, अग्नी, वायू आणि आकाश. आता आपण आपल्या 'इ.एम.एस.वाय.'ला पुढीलप्रमाणे सूचना द्या.

आपण ए.एम.एस.वाय.ची (सूक्ष्म देहाची) प्रार्थना करतो, तद्वतच इ.एम. एस.वाय.ची ही प्रार्थना करावी. त्याला सांगा, या शरीरात असलेला अतिरिक्त तमोगुण निघून जावा. वात, पित्त, कफ या गोष्टी संतुलित व्हाव्यात. तसंच, शरीरातील अतिरिक्त तम (आळस, सुस्ती) याही गोष्टी निघून जाव्यात. आपली क्षमता वाढविण्यासाठी काही काळ ग्रहणशील अवस्थेत राहा. आपण आपली कार्यक्षमता वृद्धिंगत होण्याकरिता ही प्रार्थना करीत आहात, हे लक्षात ठेवा.

आपण पृथ्वी (विश्व) साठी प्रार्थना म्हणतो, तशाच पद्धतीनं खालील प्रार्थनाही म्हणावी–

'पृथ्वीवर शुभ्र प्रकाश (दिव्यशक्ती) येत आहे,

जगातील सगळी नकारात्मकता दूर होत आहे.

पृथ्वीतून सोनेरी किरणं बाहेर येत आहे.

अशी विश्वशांती प्रार्थना आपण म्हणताना ऐकली असेल. या प्रार्थनेसोबत आता आपल्याला पंचतत्त्वांनी युक्त अशा शरीरामध्ये अग्नी, जल, वायू, आकाश व पृथ्वी हे धातू आहेत, ही समज जोडायची आहे.

पृथ्वी धातू म्हणजेच आपलं शरीर. या वेळी पृथ्वीप्रमाणेच आपण गोलगोल फिरा. आपल्या शरीरावर शुभ्र प्रकाशझोत पडत असल्याचं प्रत्यक्ष अनुभवा. या भावनेमध्ये स्थित होऊन तो प्रकाश ग्रहण करा.

त्याचबरोबर हा पृथ्वी धातू क्रियाशील (ॲक्टिव्हेट) होत असून, त्यामुळे सदर प्रार्थनेचा प्रभाव अनुभवण्याची माझी क्षमता अधिकाधिक वाढत आहे. त्याचा सुपरिणाम माझ्या संपूर्ण शरीरावर होत आहे, असं अनुभवा.

या पृथ्वी धातूचं तमोगुणाशी जास्त जवळीक असते, म्हणूनच 'हा तमोगुणदेखील आपल्या शरीरातून बाहेर पडावा,' असा विचार मनात सतत चालू ठेवावा. जे लोक आपल्यातील तमोगुणाचे अस्तित्व जाणू शकतात, ते मनामध्ये तसा भाव स्थिर ठेवून (इन्टेन्शन) संकल्प करतील, 'हा शुभ्र-प्रकाश माझ्या तमोगुणांना नष्ट करेल, तसेच मला व माझ्या शरीराला काया-वाचा-मनानं पात्र बनवीत आहे.' अशा रीतीनं आपण या प्रार्थनेचं महत्त्व जाणून, ती करण्यास पूर्णतया तयार व्हावं.

या ध्यानसाधनेच्या वेळी मनोमन, जसंजसं आपण गोलगोल फिरतो, तसतशी

आपल्यातील नकारात्मकता बाहेर पडतेय, याची जाणीव ठेवा. या साधनेच्या वेळी आपण हळूहळू गोलगोल फिरा, जास्त गती ठेवण्याचं कारण नाही. त्या वेळी आपण हवे तर हात जोडावेत किंवा मोकळे सोडावेत अथवा ते वरच्या बाजूस किंवा डाव्या-उजव्या दिशेकडे करून ही प्रार्थना म्हणू शकतो. जी कोणती ग्रहणशीलतेची स्थिती आपल्याला योग्य, सहज व सोपी वाटेल, तिचे अनुसरण करीत आपल्या जागेवरच गोलगोल फिरा. त्या वेळी व्हाईट-लाईटचा पृथ्वीवर म्हणजेच आपल्या इ. एम. एस. वाय.वर वर्षाव होत आहे आणि आपल्यासोबत सर्वांचंच मंगल होत आहे, पृथ्वीवरील समस्त लोक त्याने लाभान्वित होत आहेत, ही भावना मनात बाळगा.

इ. एम. एस. वाय. साधनेची समज

प्रस्तुत साधनेच्या माध्यमातून आपल्याला जाणवेल, की आपलं आत्मबळ आणि पात्रता या दोन्ही गोष्टी एकाच वेळी वृद्धिंगत होत आहेत. आपण तमोगुणातून मुक्त होत आहात. हा पृथ्वी धातू जितका आवश्यक तितकंच कार्य व्हावं. ही एक गोष्ट नेहमी लक्षात ठेवावी. आवश्यक तेवढंच साधनेचं बळ आपल्याला लाभावं. 'माझ्याकडं कुणी पाहतंय किंवा माझ्यासोबत कुणी आहे,' अशा विचारचक्रामध्ये गुंतून न पडता, साधनेचा पूर्ण लाभ घ्यायला हवा. दवा, दावा, दुआ, दीक्षा, पृथ्वी एम.एस. वाय. ग्रहणशीलता इत्यादी गोष्टींबाबत आपली जी अवस्था असेल, त्या आनंदमय अवस्थेत राहा. इ.एम.एस.वाय. म्हणजेच पृथ्वीला (Earth) आपल्या ध्यानकक्षेत बोलावून म्हणा-

'या समयी माझं शरीर पृथ्वीदेह आहे.

हा पृथ्वीरूपी देह फिरत आहे

आणि त्यावर शुभ्र प्रकाश पडतोय.

तो मी ग्रहण करतोय...

करतोय... करतोय...

वेळेनुसार माझ्या अंतरीची नकारात्मकता समाप्त होत चाललीय.

हे शरीराच्या पृथ्वीतत्त्वा, तुझ्यात ही शक्ती आहे.

तू माझ्यातील तमोगुण नष्ट करू शकतोस.

कृपा करून तू हे कार्य असंच चालू ठेव.

माझ्या ध्यानक्षेत्रातून बाहेर पडल्यानंतरही

कृपया करून तू तुझं हे कार्य सुरूच ठेव.

जोपर्यंत माझ्या शरीरात असलेला

अतिरिक्त तम संपूर्णपणे नष्ट होत नाही, तोपर्यंत तू हे कार्य सुरूच ठेव.

आता तू पुन्हा आपल्या जागेवर जा.'

असं म्हणून त्याला धन्यवाद द्या आणि प्रेम, आनंद, मौन... प्रेम, आनंद, मौन... या शब्दांचा जप काही वेळ चालू ठेवा. अशा तऱ्हेनं आपल्यातील तमोगुण सहजपणे दूर करून, आपले शरीररूपी मंदिर पवित्र ठेवू शकाल.

आता ही साधना पूर्ण झाल्यानंतर आपले डोळे उघडून पुढील कार्य करा.

भाग २

आळस

शंका समाधान

प्रश्न १ : मी थोडा तमोगुणी आहे, माझ्याकडून 'आजचं काम उद्या करूयात', या विचारामुळे अनेकदा कामाची चालढकल होते. आता माझा प्रश्न असा आहे, की उच्चतम विकसित समाजामध्ये राहणारी व्यक्ती कशी असायला हवी? म्हणजे तिच्याकडून अभिव्यक्ती कशी व्हायला हवी? आपल्या सभोवताली आजच्या गतिमान युगात माया-मोहाने भरलेल्या असंख्य गोष्टी, अस्तित्वात असताना, सर्वोच्च स्तरावर कसं जाता येईल?

उत्तर : उच्चतम विकसित समाजामध्ये कपट-ईर्षा यांपासून अलिप्त, प्रामाणिक आणि विश्वास ठेवण्यायोग्य व्यक्ती असतील. तेथे आपण आपल्यातील कमजोरी किंवा वैगुण्याचा कुणीही गैरफायदा घेणार नाही, या एका गोष्टीनं आश्वस्त असतो. ज्या वेळी आपणही कपटमुक्त होऊन इतरांचं साहाय्य घेण्यास पात्र होतो, त्या वेळी त्यांच्याकडूनही आपल्याला निश्चितपणे मार्गदर्शन लाभतं.

आजारी पडल्यानंतर आपण एखाद्या डॉक्टरकडे जातो, तेथे गेल्यानंतर ते आपली तपासणी करून सांगतात, 'आपल्याला अमुक एक आजार झालेला आहे, त्याकरिता अनेक प्रकारचे इलाज उपलब्ध आहेत.' तद्वतच आपल्यामधील सुस्ती आणि अपवृत्ती

झटकून टाकण्यासाठी कित्येक प्रकारचे मार्ग उपलब्ध असतात. या गोष्टीकरिता आपल्यासाठी सक्षम, शुभचिंतकही उपलब्ध आहेत. त्यांच्याशी सल्लामसलत करून आपल्यातील अवगुण दूर सारून प्रगती साधू शकता. याचा अर्थ असा नव्हे, की लोकांमध्ये अपप्रवृत्ती नाहीत. पण असं असतानादेखील प्रत्येकात सर्वोच्च गोष्टी निवड करण्याची एक उपजत भावना असते. यावरून एक गोष्ट मात्र निश्चित होते, शरीराला कष्ट न देता, ख्यालीखुशालीत राहून, सुखसुविधांमध्ये रममाण होऊन ना कुणी उच्चकोटीचे कार्य करू शकतो, ना तो त्याच्या महानिर्वाणाची तयारी करू शकतो. अशा वेळी सहजपणे जो कोणी त्या गोष्टीची निवड करतो, ती सर्वोच्च कोटीचीच असते आणि त्यामध्ये येणाऱ्या विघ्नबाधांचे आपोआपच निवारण होत राहते.

जसं, आपल्या गाडीचा वेग दिवसेंदिवस कमी होतोय असं आढळल्यास किंवा तिचं ॲव्हरेज कमी होऊ लागताच आपण ती गॅरेजमध्ये घेऊन जातो. तेथे ती दुरुस्त करून घेतो, तद्वतच आपल्या शरीरामध्ये तमोगुणांचं प्राबल्य वाढल्याची जाणीव होताच आपण सर्वोत्तम लोकांकडून मार्गदर्शन प्राप्त करू शकतो. शिवाय ते उपलब्धही असतं. आपण या गोष्टीविषयी अगदी निःशंक राहा, की 'तो आपल्यातील उणिवा हेरून आपला विश्वासघात (ब्लॅकमेल) करेल.' कारण जे कुणी उच्चतम विकसित समाजामध्ये कार्यरत आहेत, उच्चप्रतीच्या सेवाभावी कार्यांची निवड करतात, ते प्रथम स्वतः मुशीतून तावून-सुलाखून तयार झाले असल्याने इतरांचा सेवा करण्यास सक्षम असतात. अशा प्रकारे ज्या वेळी लोकांचा चेतनास्तर कमी होऊ लागतो, त्या वेळी त्यांच्यात सुधारणा व्हावी म्हणून शिबिरांचं आयोजन केलं जातं. ज्यांच्यालेखी पृथ्वीलक्ष्य स्पष्ट झालेलं असतं, ते त्याचा वेळीच लाभ घेतात. अशा प्रकारे याचा एकत्रित सुंदर परिणाम म्हणजे समाजाचा स्तर उंचावा!

प्रश्न २ : सरश्री, कुठलंही काम मला करायला आवडत नाही. विकासाच्या दृष्टीने जे पाऊल पुढे पडायला हवं, ते पडत नाही. अशी अवस्था वारंवार माझ्या मनाची होते. ती बदलण्यासाठी मी काय केलं पाहिजे? माझं आयुष्य एका संथ गतीनं चाललंय. आजपावेतो असंच घडत आलंय. आपण नेहमी म्हणता, प्रत्येक दृश्य हे पुढच्या दृश्याची तयारी असतं. मग हे दृश्य जर आजचं असं असेल तर माझा उद्या कसा असेल?

उत्तर : तुम्ही काय केलं पाहिजे हे सरश्रींनी नेमकेपणानं सांगितलं तर ते ठामपणे कराल काय? अन्यथा माझ्याच्यानं होत नाही. आता काय करू? असंच तुम्ही म्हणाल. आपलं

उत्तर जर 'होय' असं असेल तरच आपण पुढे पाऊल टाकू शकाल.

साधक : होय, सरश्री, मी आपण दिलेल्या मार्गदर्शनाप्रमाणे नक्की कार्य करेन.

उत्तर: ठीक आहे, आता पहिल्याप्रथम आपण लहानसहान गोष्टी करण्यास पावलं उचलावीत. आपलं मन जेव्हा आपल्याला काम करू देत नाही, तेव्हा हे विचारप्रवृत्त करण्यासाठीचं जणू मध्यंतर (इन्टरव्हल) आहे. आपण जर अद्याप, 'चला सूर्य बनू या' (जीवन का पहिला इंटरवल) हे पुस्तक वाचलं नसेल, तर प्रथम ते वाचायला घ्या. ते वाचल्यानंतर आपल्या लक्षात येईल, की काही ठरावीक पायऱ्या निश्चित करून त्यांचा लाभ आपल्याला घ्यायला हवा. कारण पुढच्या वाटचालीत हेच आपल्या कामी येणार आहे. आता आपल्या जीवनाचं मध्यंतर आहे आणि त्या वेळी करावयाचं काम आपल्याकडून होत नाही. अशा वेळी आपण स्वतःला प्रश्न विचारा, 'हे कार्य आपण किती कालावधीमध्ये पूर्ण करू शकतो?' समजा, आपल्याला ध्यानात बसायचंय, त्या वेळी आपण किती वेळ ध्यानात बसू शकाल? पाच... दहा... वीस... अशी नेमकी किती मिनिटं आपण बसू शकाल हे निश्चित करा. कुठलीही प्रार्थना किती वेळ आणि त्याचं मननपठण किती अवधीपर्यंत करू शकाल, हेही निर्धारित करा. जसं, आपला अभ्यास असेल, घर किंवा तत्संबंधी इतर काही गोष्टी असतील, त्यासाठी आपण किती वेळ देऊ शकतो? हे सारं निश्चित केल्याने आपला आत्मविश्वास बळावेल.

ज्या कुणाला आत्मविश्वास वाढवायचा आहे, ते स्वतःशी एक दृढनिश्चय करतात, 'आज मी अमुक एखादं काम पूर्ण करणार आहे' आणि त्याप्रमाणे त्या व्यक्ती ते काम निश्चितपणे वेळेवर पूर्ण करतात. असं केल्यानं त्यांचा आत्मविश्वास द्विगुणित होतो. आपल्यालाही अशा रीतीनं पहिल्यांदा छोटीमोठी कामं सफलतापूर्वक, नेटानं पूर्ण करण्याचा निर्धार करायचा आहे. कालांतरानं आपण पाहाल, त्यापेक्षा थोडं किचकट, मोठं कामदेखील आपल्यालेखी शक्य होईल. मग पुढे कुठलंही काम करण्यात आपल्याला अडचण येणार नाही.

ज्याप्रमाणे गर्भातील अर्भक तमोगुणात वास्तव्य करीत असतं तरी त्याचा विकास थांबत नाही, तो सुरूच असतो. याचं कारण गर्भ गुणातीत अवस्थेत, स्वानुभवाच्या अवस्थेत असतो. पण तमोगुणामुळे काही करू शकत नाही. त्याव्यतिरिक्त जर आपण स्वानुभवात स्थित नसलो, तर आपल्याला विकास साधता येऊ शकणार नाही.

या तमोगुणानंतर आपण रजोगुणाकडे वळूया. रजोगुण म्हणजे आपलं शरीर, जे कुठेही ये-जा करू शकतं आणि कोणतंही कार्य करू शकतं. त्यासाठी आपण

आपल्या मनाला सांगायचं आहे, की आपल्याला या तमोगुणातून पुढे वाटचाल करीत तमोमदाकडं पोहोचायचं आहे. या तमोमदाच्या माध्यमातून आपल्याला रजोगुणाचा परिचय होईल. तमोमद म्हणजे तमोगुणापलीकडील रजोगुणापूर्वीची अवस्था. त्यानंतर रजोगुण, रजोमद, रजोमदापासून सत्त्वगुण, सत्त्वगुणापासून सत्त्वमद व सत्त्वमदापासून पुढे गुणातीत अशा सर्वोच्च अवस्थेपर्यंत पोहोचणं लहानसहान पायऱ्यांनी आपल्याला साध्य होऊ शकतं. इथेच आपण तिन्ही अवस्थांचा समुचित वापर करायचा आहे. यातील तमोगुणाचा उपयोग समाधीसाठी करायचा आहे. अर्थात ध्यानसाधनेत बसण्याकरिता तमोगुण (शांतपणे बसणे), अभिव्यक्तीसाठी रजोगुण (धावपळ) आणि लोककल्याणार्थ अव्यक्तिगत कार्य करण्यासाठी सत्त्वगुणाचा उपयोग करायचा आहे.

याचा मुख्य उद्देश म्हणजे आपण तीनही गुणांचा योग्य उपयोग तर करायचाच आहे तरीही त्यापासून अलिप्त राहून गुणातीत बनायचं आहे. आता आपण पहिल्याच अवस्थेत आहात, त्यातून दुसऱ्या अवस्थेप्रत जाण्यासाठी छोटी-छोटी पावलं निश्चित करायला हवी. स्वतःला विचारा, 'मी किती काम करू शकेन?' आपलं मन म्हणेल, 'आता या वेळी मी इतकं काम करू शकेन.' त्या वेळी त्याच्याकडून तितकंच काम करून घ्या परंतु त्यात सातत्य ठेवून दररोज निश्चित कार्य पार पाडीत राहा. त्यातून आपला आत्मविश्वास निरंतर कसा वाढतोय आणि तुलनेत पहिल्यापेक्षा अधिक काम सफलतापूर्वक संपन्न कसं केलंय? हे निदर्शनाला येईल.

या गोष्टी सर्वांनाच लागू पडतात. विशेषकरून तरुण पिढीसाठी तर या खूप आवश्यक आहेत. जगात बरेच लोक ध्येयहीन अवस्थेत चाचपडत आहेत. कारण आपण नेमकं काय करायला पाहिजे, याची त्यांना जाणीवच नसते. म्हणून आपण आपलं ध्येय निश्चित करायला हवं. स्वतःला वेळोवेळी प्रश्न विचारायला हवा, 'मला नेमकं काय साध्य करायचंय आणि माझ्या जीवनाचा उद्देश काय?' माझं मनोशरीर-यंत्र (एमएस वाय) कोणत्या स्वरूपाचं कार्य सुलभतेनं करू शकेल, जेणेकरून ते कायम आनंदी राहू शकेल? हे आपल्याला शोधून काढायचंय. आणि मग एक समयसीमा निश्चित करून आपलं ध्येय साध्य करायचंय.' त्यानंतर काही कालावधीनं आपल्याला जाणवेल, की निर्धारित वेळेवरच आपली सर्व कार्यं कशी पूर्ण झालेली आहेत.

प्रश्न ३ : माझ्या या मनोशरीरयंत्रामध्ये सुस्त प्रवृत्ती अधिक आहे. 'सर्व काही अतिशय संथ, आरामात व्हावं आणि माझ्यावर कुणीही लवकर काम करण्यासाठी दबाव टाकता कामा नये' अशी माझी मनोधारणा असते. ती माझ्या सर्व

कार्यांमध्ये बाधा निर्माण करतेय. यामुळेच मी कुठलंही काम किंवा सेवा पूर्ण समर्पित भावनेनं करू शकत नाही. 'मला नक्की काय हवंय आणि अमुक काम एका विशिष्ट पद्धतीनं करायचंय' हा निर्णय कधीच करता येत नाही. ज्या वेळी मी दुसऱ्या कुणाचा शिस्तबद्ध व्यवहार व इतर गोष्टी पाहतो, त्या वेळी नकळत त्यांच्याशी माझी तुलना होऊन माझा आत्मविश्वास डळमळीत होतो. त्याचं पर्यवसान म्हणजे माझ्यावर सुस्तीचा अंमल जास्तच गडद होऊ लागतो. मी सगळ्याच गोष्टींना कष्टदायक समजून कुचराई करू लागतो. 'मला त्यांच्यासारख्याच गोष्टी का लाभत नाहीत... माझ्या बाबतीत तसं का घडत नाही...?' असे विचार येऊ लागतात. परिणामी माझ्या विचारात आणि निश्चयात डबल-टॉस (दुहेरी प्रार्थना) सुरू होते, यश माझ्यापासून दूर जाऊ लागतं किंवा अपयश तरी पदरी पडतं.

उत्तर : आपल्या प्रश्नाद्वारे दोन प्रकारच्या गोष्टी समोर आल्या आहेत, एक म्हणजे सुस्ती व दुसरे आभासी (दिखावटी) सत्य पाहून आपले विचार वा निश्चय (प्रार्थना) बदलणं. याकरिता आपल्याला या दोहोंवरही कार्य करायचंय. प्रथम तमोगुण हटविण्याकरिता स्वतःकडून काम करवून घेण्यासाठी इच्छाशक्तीचा (विल-पॉवर) उपयोग करावा लागेल. अशा प्रकारचे कार्यक्रम दररोज हाती घ्यावे लागतील, जे आपलं मन नेहमी टाळत आलंय. तद्वतच कोणत्याही कार्यात आपल्या मनामध्ये असा विचार येताच 'हे काम आज नको, उद्या करू', त्या वेळी ते काम लगेच करा. ही सवय आपण स्वतःमध्ये अवश्य रुजवावी, जेणेकरून आपल्यातील तमोगुण कमी होऊन संपूर्णपणे निघून जाईल.

आजच्या काळात प्रत्येकाची जीवनशैली वेगवेगळ्या प्रकारची आहे. काही लहान मुलांचं एका विशिष्ट पद्धतीने संगोपन झाल्याने ती तशी आहे पण मोठेपणी त्याच पद्धतीनं वागल्याने त्यांच्या मार्गात अनेक अडचणी येतात. काही वेळा आईवडिलांच्या हे लक्षातही येत नाही, की ते प्रेमापोटी मुलांमध्ये तमोगुणाचे बीजारोपण करीत आहेत. त्यानंतर त्या तमोगुणांना दूर सारण्यासाठी वेळेचा निष्कारण अपव्यय होतो. मात्र या तमोगुणातून मुक्त होणं तितकंच आवश्यक असतं. कारण कुठल्यातरी एका क्षणी याची सुरुवात करून काही कार्यांना गती देणंही आवश्यक असतं. म्हणूनच आपण याचा सारासार विचार करावा. अनेक प्रकारच्या अडचणी, बाधा आपल्या मार्गात असतात, पण त्यातूनही आपल्याला आज काय करणं शक्य आहे ते करा. या रोजच्या कार्यक्रम ंसोबत योगकला, शारीरिक व्यायाम इत्यादी गोष्टींचा समावेश करणंही तितकंच आवश्यक आहे. ज्यामुळे आपलं शरीर निरोगी आणि स्फूर्तिदायक राहून तमोगुणही

कमी होऊ लागेल. म्हणूनच आता स्वतःला विचारा, 'हे कार्य मी करू शकेन की नाही?' यावर आपलं उत्तर 'नाही' असं असेल, तर या सर्व गोष्टींचा त्वरित प्रारंभ करा.

विचार करा, योगासनं करण्यास इथं आपल्याला का सुचविण्यात आलंय? ते यासाठी, की आपल्यातील अनेक लोकांमध्ये तमोगुण जरी असला तरीही त्यांच्या अंतरी सत्याची तृष्णा असते. त्याकरिताच सत्य जाणण्यासाठी व तमोगुणाचे प्राबल्य कमी करण्यासाठी नियमित योग-प्राणायामाचा आधार घ्यायला हवा. रोज थोडाथोडा सराव केल्याने हळूहळू आपल्या अंगी बाणेल. गुरू नेमकं हेच करतात, ते आपल्या भविष्यकालीन शक्यता पाहून त्याकरिता चांगल्या सवयी आपल्या अंगी बाणविण्याचं मार्गदर्शन करतात.

लक्षात ठेवा, कुठलंही काम करताना तेव्हाच संकोच वाटतो, ज्या वेळी आपण मोठ्या पदापर्यंत पोहोचलेले असतो. 'सगळेकाही असंच करतात... हे जीवन असंच आहे... हे सारं असंच चालणार आहे...' अशा विचारधारणेमुळे आपण इतरांप्रमाणेच वागत असतो. शिवाय इतर लोक समविचारी असल्यामुळे काहीही बोलत नाहीत पण गुरूंची इच्छा अशी असते, की सर्वोच्च शक्यतांची प्राप्ती करण्यासाठी आपल्याकडून अशा प्रकारच्या चुका होऊ नयेत. ज्या योगे कालांतराने आपणास लज्जित व्हावं लागणार नाही. विशेषकरून अशा वेळी, जेव्हा आपण इतरांसाठी आदर्शवत बनता आणि आपल्या सभोवतालचे लोक आपल्याकडून प्रेरणा घेत असतात. आपण अशा उच्चस्थानी पोहोचावं हीच आपल्या गुरूंची आंतरिक इच्छा असते. ज्या वेळी आपल्याला अभिमानाने म्हणता येईल, 'किती सुरेख रीतीने माझं जीवन व्यतीत झालं आहे. माझं जीवन म्हणजे एक खुलं पुस्तक असून ते वाचून कुठलीही व्यक्ती त्यातून प्रेरणा घेऊ शकते'. आपल्या जीवनरूपी ग्रंथाच्या माध्यमातून लोकांना प्रेरणा मिळावी आणि त्यांनी म्हणावं, 'होय, आम्हालाही असंच सुंदर जीवन जगण्याची इच्छा आहे. अशा खडतर परिस्थितीतही त्याने आपल्या जीवनामध्ये इतकं काही साध्य केलंय, स्वतःला वेळोवेळी सावरलंय, मग आम्हालाही ते का शक्य होऊ नये?' आपण ही गोष्ट अवश्य लक्षात ठेवा, गुरू आपल्यामध्ये कुठली शक्यता पडताळून पाहात आहेत? त्यांची तर इच्छा असते, की भविष्यात घडू शकणाऱ्या चुकांतून तुम्ही मुक्त व्हावं.'

मनुष्याला कल्पना नसते, की भविष्यात तो बुद्ध, महावीर किंवा गांधी बनेल. इतरांकडे पाहून तो त्यांच्याप्रमाणेच जीवन जगतो. मग सरतेशेवटी जेव्हा एखाद्या महत्त्वाच्या स्थानावर तो पोहोचतो, तेव्हा त्याला गतजीवनातील घटनांची आठवण येते.

मग त्याचं मन दुःखी होतं. तो विचार करतो, 'अरेरे! मला जर आधीच एक शिक्षक, सत्यप्रसारक, सत्याचार्य अशी उच्चकोटीची भूमिका साकारण्याचं निसर्गनिर्मित सत्य ठाऊक झालं असतं, तर भूतकाळात माझ्या हातून अशा चुका कदापि घडल्या नसत्या. मी कधीही मद्यप्राशन केलं नसतं, कुठल्या व्यसनात अडकलो नसतो.' म्हणूनच आत्तापासून मला काय, केव्हा, किती, कुठं आणि कसं करायचं आहे, याची जाणीव स्वतःला करून देणं आवश्यक आहे. ज्यायोगे आपण स्वतःबरोबरच इतरांनाही सांगू शकाल, 'आपण स्वदेशात असाल वा विदेशात, स्वानुभवात राहून आपण 'स्व'देशी (स्वानुभवामध्ये राहणारे) बनू शकतो'. आपल्याला असं बनायचंय आणि इतरांनाही तसंच घडवायचंय, याच हेतूने सदोदित कार्यरत असायला हवं.

आज सुस्ती जरी आपल्या मार्गात अडथळा बनत असली तरी, काहीतरी कार्य आपण अवश्य करू शकतो. दोन प्रकारच्या अतिरेकी धारणा इथे अस्तित्वात आहेत. एक म्हणजे अती विचार करूनही प्रत्यक्षात कुठलीही कृती न करणं आणि दुसरं काहीही न करणं. अशा गोष्टी करणारे 'अतिशयोक्ती' या सदरात मोडतात. या दोहोतल्या कुठल्याही अतिरेकी विचारात आपल्याला गुंतून पडायचं नाही. कुठलीही गोष्ट अती न करता थोडंथोडं काम रोजचं रोज करून कार्यसिद्ध व्हायचंय. असं करता करता आपल्यामध्ये मेहनत करण्याची इच्छाशक्ती दृढ होईल. कुठलंही कार्य सातत्यानं करीत गेल्यास त्याचीच सवय होते.

पुस्तकाचं दुकान, प्रदर्शन अशा ठिकाणी आपण विविध प्रकारची पुस्तकं पाहत असतो. तेव्हा प्रत्येक महिन्यात कुठलं ना कुठलं नवीन पुस्तक तिथं कसं उपलब्ध असतं, यावर आपण कधी विचार केलाय का? या पुस्तकाची निर्मिती कशी होते? कारण, काही जण सतत पुस्तकनिर्मितीच्या कार्यामध्ये रममाण झालेले असतात. महान विभूती, महापुरुष या सारख्या लोकांचे प्रवचन किंवा भाषणांचा संदर्भ घेऊन आपल्यासाठी उपयुक्त असणारं ज्ञान पुस्तकरूपात मांडण्याचा ते प्रयत्न करतात. त्यातून त्या लोकांची श्रद्धा, निष्ठा, कामाची एकाग्रता आणि कष्ट यांच्या रूपात अशी श्रेष्ठ पुस्तकं आपल्यापर्यंत पोहोचतात. आपण आपल्या जीवनामध्ये अशी पुस्तकं प्राप्त करून त्यातून उच्चतम कोटीचा लाभ मिळवू शकतो. जसं, पुस्तकनिर्मितीचे कार्य करताना त्यांना सातत्य टिकविण्याची सवय जडलेली असते, तशीच सवय आपल्या अंगी रुजावी अशी गुरूंची आपल्या शिष्याप्रति इच्छा असते. भले मग आपण त्या पुस्तकातला एक परिच्छेदच का होईना पण रोज वाचावा. ही सवय अगदी योग्य आहे. त्यामुळे आपण आपल्या अंतरीच्या सुस्तपणातून मुक्त होतो. तसेच स्वतःमध्ये चुणचुणीतपणाचं

बीजारोपण करण्यास सिद्ध होतो. या सवयी आपण अंगी रुजवून घेतल्या, तर सुस्ती आणि दिखाऊ सत्याच्या जगात आढळणाऱ्या चुकांपासून स्वतःला अलिप्त ठेवू शकतो. तसंच आपल्या जीवनामध्ये उच्चतम अभिव्यक्ती करून इतरांसाठी आदर्शवत बनतो, त्यांच्या सर्वांगीण विकासासाठी निमित्त बनतो.

प्रश्न ४ : सरश्री, महाआसमानी शिबिर संपन्न झाल्यानंतर श्रवण, पठण इत्यादी सुरू झालंय. तरी कधीकधी असं घडतं, की शिबिरातून मिळालेल्या समजेचा उपयोग करणं, मार्गदर्शनावर काम करणं अंगी मुरलेल्या सुस्तीमुळे टाळलं जातं. वास्तविक मनात जरी सगळी कामं वेळच्या वेळी उरकण्याचा विचार असला तरी आलस्यवश, 'चला काय घाई आहे, नंतर करता येईल', हा विचार येतो. जेव्हा केव्हा, समोरची व्यक्ती साधना करीत असते, तेव्हा वाटतं, 'ही साधना हा करू शकतो मग मी का नाही?' पण माझ्यानं होत नाही. म्हणून महाआसमानी शिबिराच्या माध्यमातून जी समज मला प्राप्त झालीये, ती माझ्या जीवनामध्ये प्रत्यक्षात उतरण्यासाठी आपल्या मार्गदर्शनाची नितांत आवश्यकता आहे.

उत्तर : त्यासाठी श्रवण आणि मनन या दोन्ही गोष्टी आपण अधिक वाढविल्या पाहिजेत. या श्रवणाच्या माध्यमातूनच आपण काही गोष्टी जाणू शकाल. दुसऱ्या भागात, आपली इच्छा, शुभेच्छा आणि स्वातंत्र्य यांतील आपली रुची व प्रेम वृद्धिंगत झालं पाहिजे. जोपर्यंत आपल्या अंतर्यामी मुक्तीविषयीचं प्रेम जागृत होणार नाही, तोपर्यंत ज्ञान प्राप्त होऊनही आपण सुस्तच राहाल. एखादा मनुष्य सत्संगासाठी येतो, पण त्याची स्वतंत्र होण्याची मनापासूनची इच्छा वा तयारी नसते. तेव्हा तो विचार करतो, 'या सत्संगातून खूप सुंदर गोष्टी प्रस्तुत केल्या आहेत, पण या माझ्या घरच्या लोकांनी करायला हव्यात, त्या त्यांच्यासाठी उपयुक्त आहेत, माझ्यासाठी नाही.' जेव्हा तो निरंतर सत्यश्रवण करतो तेव्हा त्याचा विकास होऊन त्याला दृढता प्राप्त होते पण बऱ्याचदा हे समजूनही केवळ आळसामुळे तो पुढे जाऊ शकत नाही. त्या वेळी तो विचार करतो, 'हे अतिशय उपयुक्त असं ज्ञान आहे खरं, पण काही कालावधीनंतर आपण याचा अवलंब अवश्य करू...' असं घडण्याचं कारण म्हणजे आपली इच्छा, शुभेच्छा यांना बळ प्राप्त झालेलं नसतं. स्वातंत्र्याविषयीचं आपलं प्रेम हवं तितकं दृढ झालेलं नसतं. स्वातंत्र्याच्या वेगवेगळ्या कल्पना केल्याने आपल्याला त्याची गरजच भासत नाही. त्यामुळे तो कधी याचा विचारही करीत नाही, 'पृथ्वीवरील माझ्या या जीवनाचं काय उद्दिष्ट आहे? ते पूर्ण करण्यासाठी माझ्याकडे कितीसा वेळ शिल्लक आहे...?' तसं पाहिल्यास पार्ट-टू

(मृत्युपश्चातचं जीवन) जीवनाच्या कालावधीपेक्षा पार्ट-वन (पृथ्वीवरील जीवनकाल) कालावधी तुलनेनं खूपच छोटा आहे. पृथ्वीवरील जीवनाबाबत आपण 'ऐंशी वर्षं... शंभर वर्षं... यांसारखा मोठा काळ असल्याने आपल्याकडे अद्याप खूप अवधी बाकी आहे...' अशा भ्रमात तो वावरत असतो. अर्थात आपण पार्ट-वनच्या तुलनेत पार्ट-टू पाहिल्यास पार्ट-वन खूपच छोटा भासेल. हा मूळ संदर्भरूपी मुद्दा (रेफरन्स-पॉइंट) समजून घेणं इथं आवश्यक ठरतं. थोडक्यात, आपल्या विचारस्रोताची सुरुवात कुठून होतेय, हे जाणणं खूपच महत्त्वाचं असतं.

अशा प्रकारे महत्त्वपूर्ण अनेक गोष्टी आपल्याला सत्संगाच्या माध्यमातून समजल्या तरी प्रत्यक्षात अमलात येत नाहीत. अशा वेळी आपलं लक्ष नेमकं कुठं आहे अशा गोष्टीवर केंद्रित व्हायला हवं. समजा, एका ग्लासमध्ये पूर्ण पाणी भरून तो आपल्यासमोर ठेवलेला आहे, तरीही आपण ते पितोच असं नाही. कारण आपल्याला अद्याप तहान लागलेली नाही. ज्या वेळी आपण तहानेनं व्याकूळ होतो, तेव्हाच ते पाणी ताबडतोब प्यावंसं वाटेल. तद्वतच आपल्या अंतर्यामीची सत्यप्राप्तीची आस अद्याप पूर्ण जागृत झालेली नसल्याने आपण संसाररूपी टीव्हीवर दाखविल्या जाणाऱ्या कार्यक्रमामध्येच व्यस्त असाल. म्हणूनच सत्याच्या मार्गावर आपण अजूनही पाऊल टाकलेलं नसतं. यासाठी आपल्याला अपेक्षित अशा कार्यावर त्वरित कारवाई सुरू करावयास हवी. ती जर सुरू होत नसेल तर आपण ऐकलेल्या सत्संगातील काही भाग अद्याप नीट समजून घेतलेलाच नाही असा याचा अर्थ होतो. अन्यथा, आपण अनेकांचे दावे ऐकले असतील. जे म्हणतात, 'मला सगळं काही समजलंय.' प्रत्यक्षात त्यांच्या जीवनामध्ये काहीही परिवर्तन दिसत नाही. त्याचं आचरण काही वेगळंच असतं. म्हणजेच आपण काही गोष्टी जाणल्याही असतील, पण त्यातली खोली, गहनता आपल्या अंतर्यामी उतरलेली नाही. आपण सत्यमार्गाचा तो तळ अद्याप गाठलेला नाही.

एकदा सत्याचं आकलन झाल्यानंतर आपल्या जीवनामध्ये दुःखाचा मागमूसदेखील राहता कामा नये. कारण आपण त्या वेळी दुःखातून पूर्ण मुक्त झालेले असतो. मग आपलं मनन सुरू होतं. खरोखरच 'आपण अमुक एखाद्या गोष्टीनं दुःखी होण्यासाठी इतका वेळ देण्याची गरज आहे का?' तेव्हा आपलं उत्तर 'नाही' असंच असेल पण ही गोष्ट जर मनात ठामपणे रुजली नसेल तर मन त्याचा पुरावा मागतं. म्हणून त्याला आवश्यक ते पुरावे द्यावे लागतात. आपल्या स्वतःलाही स्वतंत्र-जीवन, मुक्त जीवन हेच आपलं प्रमुख उद्दिष्ट असल्याबाबतचे पुरावे द्यावे लागतील. शिवाय ते प्राप्त करण्यासाठीच आपण पृथ्वीवर अवतरलो आहोत याचंही स्मरण ठेवावं लागेल.

आपल्याला याबाबतचे संकेत जीवनात वेळोवेळी मिळालेही असतील पण या संकेतांचा अर्थ आपण समजू शकलो (डिकोडिंग) नाही. आता जेव्हा आपण निसर्गदेवतेच्या नियम, कृपा यांचं यथायोग्य अवलोकन कराल तेव्हाच आपल्या अंतर्यामी सत्याची आस, तृष्णा वाढेल. याउलट अनेक लोकांना अशी एखादी संस्था आहे, जी आपल्याला चेतनेच्या सातव्या-स्तरावर नेण्यासाठी आपली तयारी करवून घेते, हेदेखील ठाऊक नसतं. तेव्हा तेदेखील त्यात प्रवेश घेऊ इच्छितील.

तत्पूर्वी आपल्या शुभ-इच्छांना योग्य बळ मिळायला हवं. तेव्हा आपण पाहाल, आपल्याकडून दररोज कुठला ना कुठला प्रयोग होतोय. जोपर्यंत आपलं मन, हे ज्ञान पूर्णपणे जाणून घेत नाही तोपर्यंत त्याच्याकडून लहानसहान कामं करून घ्यावी, जीवनामध्ये शिस्तबद्धता यायला हवी. कदाचित आपल्यामध्ये आलस्यरूपी तमोगुण शिरकाव करण्याची शक्यता असते. पण या तमोगुणाकडून आपल्याला रजोगुणाकडे प्रस्थान करायचं आहे. तत्पश्चात रजोगुणाकडून सत्त्वगुणाकडे वाटचाल करून सरतेशेवटी गुणातीत अवस्थेकडे पोहोचायचं आहे. हाच विकासाचा खरा आणि योग्य मार्ग आहे. खरंतर, आपल्याला स्वतःमधील आळस झिडकारून देण्यासाठी अनेक संधी मिळतात, पण आपण अमलात आणीत नाही. तसं झालं तर आपण स्वतःलाच शाबासकी देऊन म्हणाल, 'छान! आळस आला होता खरा, पण तरीही मी थोडंसं का होईना काही काम केलंय, अन् जे काही केलं, ते उचितच केलंय, हे मात्र खरं!' यातूनच उत्तरोत्तर आपला आत्मविश्वास वृद्धिंगत होईल.

या सगळ्या गोष्टी उमजूनही जर आपण अद्याप त्या जीवनामध्ये कार्यान्वित करू शकत नसाल, तर आपल्या मनाला सांगा, 'बेटा, तू अजून सत्य जाणलेलं नाही. तुला जर त्याचं आकलन झालं असतं तर ते तुझ्या कार्यामध्ये दिसलं नसतं का?' याला असं जाणूया. दूर अंतरावरून एखादा साप दृष्टीस पडतोय पण वास्तवात तो साप नसून दोरखंड आहे. मात्र हे आपल्याला तेव्हाच लक्षात येतं जेव्हा आपण त्याच्याजवळ जातो, त्यावर नाचतो. आपण जर पुढं पाऊल टाकण्याचं धाडसच केलं नाही, भिऊन तिथेच थबकलो तर आपल्याला तो दोरखंड साप नसून दोरी होती, हे कधीही कळणार नाही. तात्पर्य, कोणत्याही कार्याचा आरंभ करताना आपलं मन लाख सबबी सांगेल, डबल-गेम खेळेल. पण शेवटी जेव्हा त्याला सत्याची आवश्यकता व त्याला द्यावयाचा अग्रक्रम याची जाण येईल, तेव्हा या सबबींना आपण उत्तर देऊ शकाल. त्याच्या अशा उत्तराने, बहाण्याने वाहवून जाण्याचं काहीएक कारण नाही.

प्रश्न ५ : तमोगुणी व्यक्तीकरिता गुरुकृपा कशा प्रकारे कार्य करते, यावर कृपया मार्गदर्शन करा.

उत्तर : गुरुकृपारूपी चाबकाचे फटके बसताच स्वतःवर अंकुश लावणं शक्य होतं. हत्तीवर आरूढ झालेला एखादा माहुत जसा त्यावर अंकुश ठेवून नियंत्रण मिळवितो, तसंच गुरूदेखील वेगवेगळ्या प्रवृत्तीच्या लोकांसाठी विविध भूमिका साकारून त्याद्वारे कार्य करतात.

तमोगुणींना गुरूंची आज्ञा जणू चाबकासारखी असते. तमोगुणी म्हणजे सुस्त, आळशी मनुष्य, ज्याला वठणीवर आणण्यासाठी चाबूकच आवश्यक ठरतो. तमोगुणी मनुष्य ओळखण्यासाठी या प्रकारचे प्रयोग करता येतील. तमोगुणी माणसाकडे जर चालण्याची सुविधा असेल आणि त्याने काम होणार असेल, तर तो मुळीच धावणार नाही... उभ्यानं कार्य साधतंय म्हटल्यावर चालण्याचे कुठले कष्टही घेणार नाही... बसण्यानं काम भागतंय म्हटलं, की उभे राहण्याचे परिश्रमदेखील घेणार नाही... अन् जेव्हा पडल्यापडल्याच काम होतंय, हे कळायचाच अवकाश, मग महाशय उठून बसण्याचेही कष्ट घेणार नाहीत. अशा वेळी, गुरुकृपाच केवळ त्याचा आधार असतो, त्याविना तो तसाच आळशी पिंड बनून राहील. गुरूचा त्याच्यावर जेव्हा शब्दरूपी आसूड बरसेल, तेव्हा पहिल्यांदा, 'हा गुरूंचा कृपाप्रसाद आहे' हेदेखील त्याला समजणार नाही. या कृपेचं मर्महीी त्याला उमगणार नाही.

मनुष्याच्या अंतरीच्या तमोगुणाला सुस्ती, बेहोशी हवी असते. त्याला असं काही मिळावं, ज्याने मनाला बरं वाटेल अशी त्याची भावना असते. त्याला नवीन अनुभव मिळावा म्हणून तो नशायुक्त अशा तंबाखू, मदिरा, अफू, चरस, गांजा, हशीश इत्यादींच्या आहारी जातो. यामागे केवळ 'तमोगुण' त्याला प्रवृत्त करीत असतो. अशी बेहोशी लाभल्यानंतर तमोगुणी माणसाला खूप बरं वाटतं. त्याच्यातला तमोगुण जेव्हा उसळतो, तेव्हा तो व्यक्तीकडे 'मला काहीतरी दे' अशी मागणी करत राहतो. अशा वेळी तमोगुणी माणूस गुरूकडे पोहोचल्यावर ते त्याला व्यायाम करण्याची आज्ञा देतात. सुरुवातीला तो ऐकत नाही. त्याच्यातील तमोगुण म्हणतो, 'हे करू नकोस.' पण त्यानंतर तो गुरूंची आज्ञा प्रमाण मानून व्यायामाला सुरुवात करतो. वास्तवात गुरूंविषयी आत्यंतिक प्रेम आणि स्वतःविषयीच प्रेमदेखील आत्मकृपा असते. म्हणूनच आपल्यामध्ये व्यायाम करण्याचा विचार प्रकटतो.

आपलं जर स्वतःवर प्रेम असेल, तर प्राणायामरूपी पुष्प स्वतःला अर्पित करावं

लागेल. अन्यथा केवळ श्वासोच्छ्वासानेदेखील माणसामध्ये तमोगुणाचा प्रवेश होतो. असा माणूस नेहमी हळूहळूच श्वास घेतो. आळसामुळे दीर्घ श्वास घेण्याचे टाळत असतो. म्हणून स्वतःवर पूर्ण सजगतेनं प्रेम करा. सजग राहून श्वास घेणं म्हणजे दीर्घ, खोलवर श्वास घेणं होय आणि हाच तमोगुणावर केलेला जोरदार पहिला प्रहार आहे. हे यासाठी करणं आवश्यक आहे, ज्यायोगे तमोगुण नष्ट व्हावा, नव्या शक्यता उमलाव्यात आणि आत्मकृपा व्हावी. तमोगुण नाहीसा झाल्यानंतर एकीकडे रजोगुण तर दुसरीकडे सत्त्वगुण, या दोहोंच्या पलीकडे गुणातीत अवस्था म्हणजेच पराकोटीची अवस्था असते. म्हणूनच आपल्याला केवळ सत्त्वगुणी बनून थांबायचं नाही, तर सत्-रज-तम यांचा समतोल साधून, त्यापल्याड गुणातीत अवस्थेत स्थित व्हायचं आहे.

● ● ●

हे पुस्तक वाचल्यानंतर आपला अभिप्राय कृपया या पत्त्यावर अवश्य पाठवा.
Tej Gyan Global Foundation,
Pimpri Colony Post Office, P.O.Box 25, Pune-411017. Maharashtra (India).

एक अल्प परिचय
सरश्री

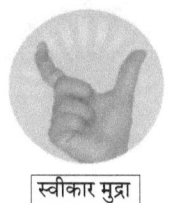

स्वीकार मुद्रा

सरश्रींचा आध्यात्मिक शोधाचा प्रवास त्यांच्या बालपणापासूनच सुरू झाला होता. हा शोध सुरू असतानाच त्यांनी अनेक प्रकारच्या पुस्तकांचं अध्ययन केलं. त्याचबरोबर या शोधकाळात त्यांनी अनेक ध्यानपद्धतींचा अभ्यासही केला. त्यांच्यातील या जिज्ञासेने त्यांना अनेक वैचारिक आणि शैक्षणिक संस्थांमध्ये जाण्यासाठी प्रेरित केलं. जीवनाचं रहस्य समजण्यासाठी त्यांनी **प्रदीर्घ काळ मनन करून आपलं शोधकार्य सातत्याने सुरू ठेवलं. या शोधातूनच त्यांना 'आत्मबोध' प्राप्त झाला.** आत्मसाक्षात्कारानंतर त्यांना जाणवलं, की अध्यात्माचा प्रत्येक मार्ग ज्या शृंखलेने जोडलेला आहे, तो म्हणजे **'समज'** (Understanding). आत्मबोधप्राप्तीनंतर त्यांनी अध्यापनाचं कार्य थांबवलं आणि जवळ जवळ दोन दशकांहूनही अधिक काळ आपलं समस्त जीवन मानवजातीच्या कल्याणासाठी आणि आध्यात्मिक विकासासाठी अर्पण केलं.

सरश्री म्हणतात, ''सत्यप्राप्तीच्या सर्व मार्गांचा प्रारंभ जरी वेगवेगळ्या मार्गांनी होत असला, तरी सर्वांचा अंत मात्र एकच समज प्राप्त केल्याने होतो. ही **'समज'च सर्व काही असून ती स्वतःमध्ये परिपूर्ण आहे.** आध्यात्मिक ज्ञानप्राप्तीसाठी या 'समजे'चं श्रवणच पुरेसं आहे.'' ही समज प्रकाशमान करण्यासाठी आजपर्यंत त्यांनी **आध्यात्मिक विषयांवर तीन हजारांहून अधिक प्रवचनं दिली आहेत.** या प्रवचनांद्वारे ते अध्यात्मातील अतिशय गहन संकल्पना सहज, सुलभ आणि व्यावहारिक भाषेत समजावून सांगतात. समाजातील प्रत्येक स्तरावरील मनुष्य सरश्रींद्वारे सांगितल्या जाणाऱ्या या समजेचा लाभ घेऊ शकतो.

ही समज प्रत्येकाला आपल्या अनुभवातून प्राप्त व्हावी, यासाठी सरश्रींनी **'महाआसमानी परमज्ञान शिबिर'** आणि त्यासाठी आवश्यक असणारी कार्यप्रणाली (सिस्टिम) तयार केली. **तिचा लाभ आज लाखो लोक घेत आहेत.** या प्रणालीला आय.एस.ओ. (ISO 9001:2015) प्रमाणपत्रही लाभलंय. या प्रणालीमुळेच अनेकांना सत्यमार्गावर वाटचाल करण्याची प्रेरणा मिळाली आहे. या समजेचा प्रचार

आणि प्रसार करण्यासाठी त्यांनी 'तेजज्ञान फाउंडेशन' या आध्यात्मिक संस्थेचा पाया रचला. **'हॅपी थॉट्सद्वारे उच्चतम विकसित समाजाची निर्मिती करणे,'** हेच या संस्थेचं मुख्य उद्दिष्ट आहे.

विश्वातील प्रत्येक मनुष्य आज सरश्रींच्या मार्गदर्शनाचा लाभ घेऊ शकतो. त्यासाठी कोणत्याही धर्म, जात, उपजात, वर्ण, पंथ वा लिंग यांचं बंधन नसतं. विश्वाच्या प्रत्येक कानाकोपऱ्यांतील लोक आज 'तेजज्ञान'च्या अनोख्या ज्ञानप्रणालीचा (System for Wisdom) लाभ घेत आहेत. याच व्यवस्थेचा आणखी एक महत्त्वपूर्ण भाग म्हणजे, **दररोज सकाळी आणि रात्री ९ वाजून ९ मिनिटांनी लाखो लोक विश्वशांतीसाठी प्रार्थना करत आहेत.**

बेस्ट सेलर पुस्तक 'विचार नियम' शृंखलेचे रचनाकार म्हणूनही सरश्रींना ओळखलं जातं. **केवळ पाच वर्षांच्या कालावधीत या पुस्तकाच्या १ कोटीपेक्षा अधिक प्रती वितरित** झाल्या आहेत. याशिवाय आजवर त्यांनी विविध विषयांवर **१५० हून अधिक पुस्तकं लिहिली** आहेत. त्यांपैकी 'विचार नियम', 'स्वसंवाद एक जादू', 'शोध स्वतःचा', 'स्वीकाराची जादू', 'निर्णय आणि जबाबदारी', 'निःशब्द संवाद एक जादू', 'संपूर्ण ध्यान' इत्यादी पुस्तकं बेस्ट सेलर झाली आहेत. ही पुस्तकं दहापेक्षा अधिक भाषांमध्ये अनुवादित असून, पेंगुइन बुक्स, हे हाउस पब्लिशर्स, जैको बुक्स, मंजुळ पब्लिशिंग हाउस, प्रभात प्रकाशन, राजपाल अॅण्ड सन्स, पेंटागॉन प्रेस आणि सकाळ प्रकाशन इत्यादी प्रमुख प्रकाशन संस्थांद्वारे ती प्रकाशित झाली आहेत.

तेजज्ञान फाउंडेशन परिचय

तेजज्ञान फाउंडेशन आत्मविकासातून आत्मसाक्षात्कार प्राप्त करण्याचा एक मार्ग आहे. यासाठी सरश्रींद्वारा एक अनोखी बोधप्रणाली (System for Wisdom) निर्माण झाली आहे. या प्रणालीला आंतरराष्ट्रीय प्रमाणपत्राद्वारे ISO 9001:2015च्या आवश्यकतेनुसार आणि निकष पडताळून सरळ, व्यावहारिक आणि प्रभावी बनवलं गेलं आहे.

या संस्थेच्या प्रबोधनपद्धतीच्या भिन्न पैलूंना (शिक्षण, निरीक्षण आणि गुणवत्ता) स्वतंत्र गुणवत्ता परीक्षकांद्वारे (Quality Auditors) क्रमबद्ध पद्धतीने पडताळलं गेलं. त्यानंतर या पैलूंना ISO 9001:2015 साठी पात्र समजून या बोधपद्धतीला हे प्रमाणपत्र प्रदान करण्यात आलं.

या फाउंडेशनचे लक्ष्य आहे नकारात्मक विचारांकडून सकारात्मक विचारांकडे वाटचाल. सकारात्मक विचारांकडून शुभ विचारांकडे म्हणजे हॅपी थॉट्सकडे प्रगती. शुभ विचारांकडून निर्विचार अवस्थेकडे मार्गक्रमण आणि निर्विचार अवस्थेच्या अंती आत्मसाक्षात्कार प्राप्ती. 'मी सर्व विचारांपासून मुक्त व्हावे' हा विचार म्हणजे शुभु विचार (हॅपी थॉट्स). 'मी प्रत्येक इच्छेपासून मुक्त व्हावे', अशी इच्छा म्हणजे शुभ इच्छा.

तेजज्ञान म्हणजे ज्ञान व अज्ञान या दोहोंच्या पलीकडचे ज्ञान. पुष्कळ लोक सामान्य ज्ञानाच्या (General Knowledge) माहितीलाच ज्ञान मानतात. परंतु अस्सल ज्ञान आणि नुसती माहिती यांत फार मोठे अंतर आहे. आजमितीला लोक सामान्य ज्ञानाच्या उत्तरांनाच जास्त महत्त्व देतात. अशा ज्ञानाचे विषय म्हणजे कर्म आणि भाग्य, योग आणि प्राणायाम, स्वर्ग आणि नरक इत्यादी. आजच्या युगात सामान्यज्ञान प्राप्त करणारे लोक, शिक्षक मोठ्या प्रमाणावर आहेत; परंतु हे ज्ञान ऐकून जीवनात परिवर्तन घडून येत नाही. असे ज्ञान म्हणजे केवळ बुद्धिविलास आहे किंवा अध्यात्माच्या नावावर चाललेला बुद्धीचा व्यायाम आहे.

सर्व समस्यांवरील उपाय आहे तेजज्ञान. क्रोध, चिंता आणि भय यांपासून मुक्त जीवन म्हणजे तेजज्ञान. शारीरिक, मानसिक, सामाजिक, आर्थिक आणि आध्यात्मिक प्रगतीचा, सर्वांगीण प्रगतीचा मार्ग आहे तेजज्ञान. तेजज्ञान आपल्या अंतरंगात आहे. येथे या आणि या गोष्टीचा अनुभव घ्या.

आपल्याला असे ज्ञान हवे आहे, की जे सामान्य ज्ञानापलीकडे आहे, जे प्रत्येक समस्येवरील उत्तर आहे, जे प्रत्येक समजुतीपासून, गृहीत धारणांपासून आपल्याला मुक्त

करते, ईश्वरी साक्षात्कार घडविते, अंतिम सत्यात स्थापित करते. आता वेळ आली आहे शाब्दिक, सामान्यज्ञानातून बाहेर येऊन तेजज्ञानाचा अनुभव घेण्याची!

आजवर जप-तप, तंत्र-मंत्र, कर्म-भाग्य, ध्यान-ज्ञान, योग-भक्ती असे अनेक मार्ग अध्यात्मात सांगितले आहेत. या सर्व मार्गांनी प्राप्त होणारी अंतिम समज, अंतिम ज्ञान, बोध एकच आहे. अंतिम सत्याच्या शोधकाला, साधकाला शेवटी जी एकच 'समज' प्राप्त होते, ती 'समज' श्रवणानेसुद्धा प्राप्त होऊ शकते. अशा समजप्राप्तीसाठी श्रवण करणे यालाच तेजज्ञान प्राप्त करणे म्हटले गेले आहे. तेजज्ञानाच्या श्रवणाने सत्याचा साक्षात्कार घडतो, ईश्वरीय अनुभव मिळतो. हेच तेजज्ञान सरश्री महाआसमानी शिबिरात प्रदान करतात.

महाआसमानी परमज्ञान शिबिर परिचय आणि लाभ (निवासी)

तुम्हाला सर्वोच्च आनंद हवाय? असा आनंद, जो कोणत्याही बाह्य कारणावर अवलंबून नाही... जो प्रत्येक क्षणी वृद्धिंगत होतो. या जीवनात तुम्हाला प्रेम, विश्वास, शांती, समृद्धी आणि परमसंतुष्टी हवी आहे का? शारीरिक, मानसिक, सामाजिक, आर्थिक आणि आध्यात्मिक अशा आयुष्याच्या सर्व स्तरांवर यशस्वी होण्याची तुमची इच्छा आहे का? 'मी कोण आहे' हे तुम्हाला अनुभवाने जाणावंसं वाटतं का?

तुमच्या अंतर्यामी अशा सर्व प्रश्नांची उत्तरं जाणण्याची इच्छा आणि 'अंतिम सत्य' प्राप्त करण्याची तृष्णा असेल, तर तेजज्ञान फाउंडेशनतर्फे आयोजित 'महाआसमानी शिबिरा'त तुमचं स्वागत आहे. हे शिबिर सरश्रींच्या मार्गदर्शनावर आधारित आहे. सरश्री, आजच्या युगातील आध्यात्मिक गुरू असून, ते आजच्या लोकभाषेत अत्यंत सहजपणे आध्यात्मिक समज प्रदान करतात.

महाआसमानी परमज्ञान शिबिराचा उद्देश : विश्वातील प्रत्येक मनुष्यानं 'मी कोण आहे', या प्रश्नाचं उत्तर जाणून तो सर्वोच्च आनंदाच्या अवस्थेत स्थापित व्हावा, हाच या शिबिराचा मुख्य उद्देश आहे. प्रत्येकाला असं ज्ञान प्राप्त व्हावं, जेणेकरून त्यानं प्रत्येक क्षणी वर्तमानात जगण्याची कला आत्मसात करावी. तो भूतकाळाचं ओझं आणि भविष्याची चिंता यांतून मुक्त व्हावा. प्रत्येकाच्या आयुष्यात कधीही न संपणारा आनंद आणि योग्य

समज यावी. शिवाय, प्रत्येकानं समस्या विलीन करण्याची कला आत्मसात करावी. थोडक्यात, मनुष्यजन्माचा उद्देश सफल व्हावा, हाच या शिबिराचा उद्देश आहे.

'मी कोण आहे? मी येथे का आहे? मोक्ष म्हणजे काय? या जन्मातच मोक्षप्राप्ती शक्य आहे का?' असे प्रश्न जर तुमच्या मनात असतील, तर त्यांवरील उत्तर आहे- 'महाआसमानी परमज्ञान शिबिर'.

महाआसमानी परमज्ञान शिबिराचे मुख्य लाभ : महाआसमानी परमज्ञान शिबिराचे मुख्य लाभ : वास्तविक या शिबिराचे लाभ तर असंख्य आहेत; पण त्यांपैकी मुख्य लाभ पुढीलप्रमाणे-

* जीवनात शक्तिशाली ध्येय निश्चित होतं
* 'मी कोण आहे' हे अनुभवाने जाणता येतं (सेल्फ रियलायजेशन)
* मनाचे सर्व विकार विलीन होतात.
* भय, चिंता, क्रोध, बोरडम, मोह, तणाव या नकारात्मक बाबींतून मुक्ती
* प्रेम, आनंद, मौन, समृद्धी, संतुष्टी, विश्वास अशा दिव्य गुणांशी युक्ती
* साधं, सरळ पण शक्तिशाली जीवन जगता येतं
* प्रत्येक समस्येचं निराकरण करण्याची कला प्राप्त होते
* 'प्रत्येक क्षणी वर्तमानात जगणं' हा तुमचा स्वभाव बनतो
* आपल्यातील सर्व सकारात्मक शक्यता खुलतात
* याच जीवनात मोक्षप्राप्ती होते

महाआसमानी परमज्ञान शिबिरात सहभागी कसं व्हाल? या शिबिरात सहभागी होण्यासाठी तुम्हाला खालील बाबींची पूर्तता करायची आहे-

१. तुमचं वय कमीत कमी अठरा किंवा त्यापेक्षा अधिक असायला हवं.

२. सर्वप्रथम तुम्हाला 'सत्य-स्थापना' (फाउंडेशन ट्रुथ रिट्रीट) शिबिरात सहभागी व्हावं लागेल. या शिबिरात, तुम्ही प्रामुख्यानं दोन बाबी शिकाल- प्रत्येक क्षणी वर्तमानात जगण्याची कला कशी आत्मसात करावी आणि निर्विचार अवस्था कशी प्राप्त करावी.

३. प्राथमिक स्तरावर तुम्हाला काही प्रवचनं ऐकायची असून, त्यांतून तुम्ही मूलभूत समज आत्मसात कराल आणि महाआसमानी शिबिरात प्रवेश करण्यासाठी तयार व्हाल.

हे शिबिर साधारणपणे एक-दोन महिन्यांच्या अंतराने आयोजित करण्यात येतं. यात हजारो सत्यशोधक सहभागी होतात. या शिबिराची तयारी दोन पद्धतींनी करू शकता. पहिली पद्धत- मनन आश्रम, पुणे येथे ५ दिवसीय शिबिरात भाग घेऊ शकता. दुसरी पद्धत- तेजज्ञान फाउंडेशनच्या जवळच्या सेंटरवर जाऊन सत्यश्रवणाद्वारेही करू शकता. महाराष्ट्रात अहमदनगर, सातारा, औरंगाबाद, नाशिक, नागपूर, वर्धा, अमरावती, चंद्रपूर, यवतमाळ, कोल्हापूर, सांगली, रत्नागिरी, लातूर, बीड, नांदेड, परभणी, पनवेल, मुंबई, ठाणे, सोलापूर, पंढरपूर, जळगाव, अकोला, बुलढाणा, धुळे, भुसावळ आणि महाराष्ट्राबाहेर सुरत, अहमदाबाद, बडोदा, नवी दिल्ली, बेंगलुरू, बेळगाव, धारवाड, रायपूर, भुवनेश्वर, कोलकाता, रांची, लखनौ, कानपूर, चंदीगढ, जयपूर, चेन्नई, पणजी, म्हापसा, भोपाळ, इंदोर, इटारसी, हर्दा, विदिशा, बुऱ्हाणपूर या ठिकाणी महाआसमानी शिबिराची पूर्वतयारी करू शकता.

तेजज्ञान फाउंडेशनमध्ये उपलब्ध असणाऱ्या सरश्रीलिखित पुस्तकांचं वाचन करून तुम्ही या शिबिराची पूर्वतयारी करू शकता. याशिवाय, तुम्ही रेडिओ किंवा यू ट्युबवरील सरश्रींच्या प्रवचनांचा लाभही घेऊ शकता. पण लक्षात घ्या, पुस्तकांतील ज्ञान, रेडिओ आणि यू ट्युबवरील प्रवचनं म्हणजे 'तेजज्ञानाची तोंडओळख' आहे; 'संपूर्ण तेजज्ञान' मुळीच नाही. तुम्ही महाआसमानी शिबिरात सहभागी होऊनच तेजज्ञानाचा आनंद घेऊ शकता. तेव्हा आगामी महाआसमानी शिबिरात सहभागी होण्यासाठी आजच संपर्क करा- 09921008060/75, 9011013208

महाआसमानी परमज्ञान शिबिरस्थान : हे शिबिर पुण्यातील मनन आश्रम येथे आयोजित केलं जातं. येथे तुमच्या निवासाची आणि भोजनाची व्यवस्था केली जाते. तुम्हाला काही शारीरिक व्याधी असतील आणि त्यासाठी जर तुम्ही नियमितपणे औषधं घेत असाल, तर शिबिरात येताना ती सोबत बाळगावीत. शिवाय, वातावरणानुसार गरम कपडे, स्वेटर, ब्लँकेटही आणावं.

पुणे शहरापासून १७ किलोमीटर अंतरावर अत्यंत निसर्गरम्य परिसरात मनन आश्रम वसलेला आहे. आश्रमात महिला आणि पुरुष यांच्या निवासाची स्वतंत्र व्यवस्था असून येथे जवळपास ८०० लोकांच्या राहण्याची व्यवस्था आहे. आपण हवाईमार्ग, हायवे किंवा रेल्वे अशा कोणत्याही मार्गाने पुण्यात येऊ शकता.

मनन आश्रम : मनन आश्रम, पुणे, सर्व्हे नं. ४३, सणस नगर, नांदोशी गाव, किरकटवाडी फाटा, तालुका- हवेली, जिल्हा- पुणे- ४११०२४. फोन- 09921008060

✽ तेजज्ञान इंटरनेट रेडिओ ✽

तेजज्ञान इंटरनेट रेडिओद्वारे २४ तास ३६५ दिवस, सरश्रींच्या प्रवचन आणि भजनांचा लाभ घ्या. त्यासाठी पाहा लिंक -
http://www.tejgyan.org/internetradio.aspx

विविध भारती F.M. वर दर रविवारी
सकाळी १०:०५ ते १०:१५ वा.

नोट : *या कार्यक्रमांच्या वेळेत बदल झाल्यास नोंद ठेवावी.*

www.youtube.com/tejgyan च्या साहाय्यानेदेखील सरश्रींच्या प्रवचनांचा लाभ घेऊ शकता.
For online shoping visit us - www.tejgyan.org,
www.gethappythoughts.org

आपणास हवी असलेली पुस्तकं घरपोच मिळण्यासाठी मनीऑर्डर पाठवा. ही पुस्तकं आमच्या खर्चाने रजिस्टर्ड पोस्ट, कुरिअर आणि व्ही.पी.पी.द्वारे पाठवली जातील. त्यासाठी खालील पत्त्यावर संपर्क साधावा.

वॉव पब्लिशिंग्ज् प्रा. लि.

*रजिस्टर्ड ऑफिस : E-4, वैभव नगर, तपोवनमंदिराजवळ, पिंपरी, पुणे -४११०१७
* पोस्ट बॉक्स नं. ३६, पिंपरी कॉलनी, पोस्ट ऑफिस, पिंपरी-पुणे - ४११०१७
फोन नं. : 09011013210 / 9146285129
आपण पुस्तकांची ऑर्डर ऑनलाईनही देऊ शकता.
लॉग इन करा - www.gethappythoughts.org
५०० रुपयांहून अधिक किमतीची पुस्तकं मागवल्यास १०% सूट मिळेल आणि डिलिव्हरी फ्री.

तेजज्ञान फाउंडेशनच्या मुख्य शाखा

पुणे : (रजिस्टर्ड ऑफिस)
विक्रांत कॉम्प्लेक्स, तपोवन मंदिराजवळ, पिंपरी, पुणे : ४११ ०१७.
फोन : (०२०) २७४१२५७६, २७४११२४०

मनन आश्रम :
सर्व्हे नं. ४३, सणस नगर, नांदोशी गांव,
किरकटवाडी फाटा, तालुका : हवेली,
जि. पुणे: ४११ ०२४. फोन : ०९९२१००८०६०

---

e-books **English**	-	•The Source •Celebrating Relationships •Everything is a Game of Beliefs •The Miracle Mind •Who am I now •Beyond Life •The Power of Present •Freedom from Fear Worry Anger •Light of grace •The Source of Health and many more.
Marathi		• Vichar Niyam • Dhyan Niyam • Swa-Sanwad Ek Jadu • Kshamechi Jadu • Shodh Swatacha •Sugandh Natyancha • Vigyan Manache • Prarthana Beej • Swasthya Trikon • Samay Niyojanache Niyam and many more. Other E books available at www. gethappythoughts.org
Free apps	-	U R Meditation & Tejgyan Internet Radio on all platforms like Android, iPhone, iPad and Amazon
e-magazines	-	'Yogya Aarogya' & 'Drushtilakshya' emagazines available on www.magzter.com
e-mail	-	mail@tejgyan.com

Website
www.tejgyan.org, www.gethappythoughts.org

❈ नम्र निवेदन ❈
विश्वशांतीसाठी लाखो लोक दररोज सकाळी आणि रात्री ९:०९ मिनिटांनी प्रार्थना करत आहेत. कृपया, आपणही यामध्ये सहभागी व्हा.

www.ingramcontent.com/pod-product-compliance
Lightning Source LLC
LaVergne TN
LVHW040151080526
838202LV00042B/3107
* 9 7 8 8 1 8 4 1 5 6 6 2 1 *